D1195595

TĂNG NHẤT A-HÀM
TỔNG LỤC

GIÁO HỘI PHẬT GIÁO VIỆT NAM THỐNG NHẤT
HỘI ĐỒNG PHIÊN DỊCH TAM TẠNG LÂM THỜI

ĐẠI TẠNG KINH VIỆT NAM

TĂNG NHẤT A-HÀM
TỔNG LỤC

Biên Soạn: TUỆ SỸ

HỘI ĐỒNG HOẰNG PHÁP
PL 2565 – DL 2022

ĐẠI TẠNG KINH VIỆT NAM

TĂNG NHẤT A-HÀM, TỔNG LỤC

TUỆ SỸ *Biên Soạn*

Ban Báo Chí & Xuất Bản Hội Đồng Hoằng Pháp
Ấn hành lần thứ nhất, quý II/2022

Trách nhiệm xuất bản: Thích Hạnh Viên
Sửa bản in: Thích Nguyên An, Thích Nữ Thông Tánh, Tâm Quang
Trình bày: Nguyên Đạo, Quảng Hạnh Tuệ
Thiết kế bìa: Quảng Pháp, Nhuận Pháp

https://hoangphap.org

MỤC LỤC

GIỚI THIỆU CÔNG TRÌNH PHIÊN DỊCH
ĐẠI TẠNG KINH VIỆT NAM

Yo vo, ānanda,
mayā dhammo ca vinayo ca desito paññatto,
so vo mamaccayena satthā. *

I. SƠ LƯỢC QUÁ TRÌNH PHIÊN DỊCH

Trước khi nhập Niết-bàn, đức Phật có di giáo tối hậu cho các chúng đệ tử: "Pháp và Luật mà Ta đã thuyết và quy định, là Đạo Sư của các ngươi sau khi Ta diệt độ." Phụng hành di giáo của đức Thế Tôn, các vị Trưởng lão A-la-hán đã thực hiện cuộc kiết tập lần thứ nhất tại thành Vương Xá, cùng hòa hiệp phúng tụng tất cả những điều đã được Phật giảng dạy trong suốt bốn mươi lăm năm giáo hóa; nền tảng của văn hiến Phật giáo mà về sau được gọi là Tam tạng được thành lập từ đó.

---

* Này *Ānanda*! Pháp và Luật mà Ta đã thuyết và qui định, là Đạo Sư của các ngươi sau khi Ta diệt độ.

Kể từ đó, giáo pháp của đức Thích Tôn theo bước chân du hóa của các Thánh đệ tử lan tỏa khắp bốn phương. Nơi nào Giáo pháp được truyền đến, nơi đó bốn chúng đệ tử học tập và hành trì theo phương ngôn của bản địa, như điều đã được đức Phật chỉ giáo: *anujānāmi, bhikkhave, sakāya niruttiyā buddhavacanaṃpariyāpuṇitun"ti.* "Này các tỳ-kheo, Ta cho phép các ngươi học Phật ngôn bằng chính phương ngữ của mình." Y cứ theo lời dạy này, ngay từ khởi thủy Phật ngôn đã được chuyển thể qua nhiều phương ngữ khác nhau. Khi các bộ phái Phật giáo phát triển, mỗi bộ phái cố gắng thành lập Tam tạng Thánh điển theo phương ngữ của địa phương được xem là căn cứ địa. Khi mà hệ thống văn tự tại cổ Ấn Độ chưa phổ biến, sự lưu truyền Thánh điển bằng khẩu truyền là phương tiện chính. Do khẩu truyền, những biến âm do khẩu âm của từng địa phương khác nhau thỉnh thoảng cũng ảnh hưởng đến một vài thay đổi nhỏ trong các văn bản. Những biến thiên âm vận ấy trong nhiều trường hợp dẫn đến những giải thích khác nhau về một điểm giáo nghĩa giữa các bộ phái. Tuy nhiên, nhìn từ đại thể, các giáo nghĩa trọng yếu vẫn được hiểu và hành trì như nhau giữa tất các các truyền thống, nam phương cũng như bắc phương. Điều có thể được khẳng định qua các công trình nghiên cứu tỉ giảo về văn bản trong hai nguồn văn hệ Phật giáo hiện tại: Pali và Hán tạng. Các bản Hán dịch xuất xứ từ A-hàm, và các bản văn Pali hiện đọc được, đại bộ phận đều tương ưng với nhau. Do đó, những điều được cho là dị biệt giữa hai truyền thống nam và bắc phương, mà thường hiểu lệch lạc là Tiểu thừa và Đại thừa, chỉ là sự khác biệt bởi môi trường lịch sử văn minh theo các địa phương và dân tộc. Đó là sự khác biệt giữa nguyên thủy và phát triển. Phật pháp truyền sang phương nam, đến các nước Nam Á, nơi đó sự phát triển văn minh và các định chế xã hội chưa đến mức phức tạp, nên giáo pháp của Phật được hiểu và hành gần với nguyên thủy. Về phương bắc, tại các vùng đông bắc Ấn, và tây bắc Trung Quốc, nhiều chủng tộc dị biệt, nhiều nền văn hóa khác nhau, và do đó cũng xuất hiện nhiều định chế xã hội khác nhau. Phật pháp được truyền vào đó, một thời đã trở thành quốc giáo của nhiều nước. Thích ứng theo sự phát triển của đất nước ấy, từ ngôn ngữ, phong tục, định chế xã hội, giáo pháp của đức Phật cũng dần dần được bản địa hóa.

Thánh điển Tam tạng là nguồn suối cho tất cả nhận thức về Phật pháp, để học tập và hành trì, cũng như để nghiên cứu. Kinh tạng và Luật tạng là tập đại thành Pháp và Luật do chính đức Phật giảng dạy và quy định, là sở y cho tri thức và hành trì của Thánh đệ tử để tiến tới thành tựu cứu cánh Minh và Hành. Kinh và Luật cũng bao gồm những diễn giải của các Thánh đệ tử được thân truyền từ kim khẩu của đức Phật. Luận tạng, theo truyền thống Thượng tọa bộ nam phương, và cũng theo truyền thống Hữu bộ, do chính đức Phật thuyết. Nhưng các đại luận sư như Thế Thân (*Vasubandhu*), cũng như hầu hết các nhà nghiên cứu Phật học trên thế giới hiện đại, đều không công nhận truyền thuyết này, mà cho rằng đó là tập đại thành các công trình phân tích, quảng diễn, và hệ thống hóa những điều đã được Phật thuyết trong Pháp và Luật. Kinh và Luật tạng được thành lập trong một khoảng thời gian nhất định, trực tiếp hoặc gián tiếp từ kim khẩu của Phật, và là sở y chung cho tất cả các bộ phái Phật giáo, bao gồm cả Phật giáo Đại thừa, mặc dù có những sai biệt do vấn đề truyền khẩu với các khẩu âm và phương ngữ khác nhau, theo thời gian và địa vức.

Luận tạng là bộ phận Thánh điển phản ánh lịch sử phát triển của Phật giáo, bao gồm các phương diện tín ngưỡng tôn giáo, tư duy triết học, nghiên cứu khoa học, định chế và tổ chức xã hội chính trị. Tổng quát mà nói, đó không chỉ là phản ánh lịch sử phát triển của nội bộ Phật giáo, mà trong đó cũng phản ánh toàn bộ văn minh tại những nơi mà giáo lý của đức Phật được truyền đến. Điều này cũng được chứng minh cụ thể bởi lịch sử Việt Nam.

Mỗi bộ phái Phật giáo tự xây dựng cho mình một nền văn hiến Luận tạng riêng biệt, tập hợp các luận giải giáo nghĩa, bảo vệ kiến giải Phật pháp của mình, bài trừ các quan điểm dị học. Đây là nền văn hiến đồ sộ, liên tục phát triển trên nhiều khu vực địa lý khác nhau. Cho đến khi Hồi giáo bành trướng tại Ấn Độ, Phật giáo bị đào thải. Một bộ phận văn hiến Phật giáo được chuyển sang Tây Tạng, qua các bản dịch Phạn Tạng, và một số lớn nguyên bản Phạn văn được bảo trì. Một bộ phận khác, lớn nhất, gần như hoàn chỉnh nhất, văn hiến Phật giáo được chuyển dịch sang Hán tạng, bao gồm hầu hết mọi xu hướng tư tưởng dị biệt của Phật giáo phát triển trong lịch sử Ấn Độ, từ Nguyên thủy, Bộ phái, Đại thừa, cho đến Mật giáo.

Truyền thuyết ghi rằng Phật giáo được truyền vào Trung Hoa dưới đời Hán Minh Đế, niên hiệu Vĩnh bình thứ 10 (Tl. 65), và bản kinh Phật đầu tiên được dịch sang Hán văn là Kinh Tứ thập nhị chương, do Ca-diếp Ma-đằng và Trúc Pháp Lan. Nhưng truyền thuyết này không được nhất trí hoàn toàn giữa các nhà nghiên cứu lịch sử Phật giáo Trung Quốc. Điều chắc chắn là Khương Tăng Hội, quê quán Việt Nam, xuất phát từ Giao Chỉ (Việt Nam), đã đưa Phật giáo vào Giang Tả, miền Nam Trung Hoa. Các công trình phiên dịch và chú giải của Khương Tăng Hội đã chứng tỏ rằng trước đó, tức từ năm thứ 247 kỷ nguyên Tây lịch, thời gian được nói là Tăng Hội vào đất Kiến nghiệp, quy y cho Tôn Quyền, Phật giáo đã phát triển đến một hình thái nhất định tại Việt Nam, cùng một số kinh Phật được phiên dịch. Điều này cũng được củng cố thêm bởi những điều được ghi chép trong Mâu Tử Lý Hoặc Luận. Có lẽ do hậu quả của thời kỳ Bắc thuộc, hầu hết những điều được tìm thấy trong hành trạng của Khương Tăng Hội và trong ghi chép của Mâu Tử đều bị xóa sạch. Chỉ tồn tại những gì được ghi nhận là truyền từ Trung Quốc.

Dịch giả Phạn Hán đầu tiên tại Trung Quốc được khẳng định là An Thế Cao (đến Trung Quốc trong khoảng Tl. 147 – 167). Tất nhiên trước đó hẳn cũng có các dịch giả khác mà tên tuổi không được ghi nhận. Lương Tăng Hựu căn cứ trên bản Kinh lục xưa nhất của Đạo An (Tl. 312 - 385) ghi nhận có chừng 134 kinh không rõ dịch giả; và do đó cũng không xác định trước hay sau An Thế Cao.

Sự nghiệp phiên dịch Phật kinh Phạn Hán liên tục từ An Thế Cao, cho đến các đời Minh, Thanh được tập thành trong 32 tập của Đại Chánh, bao gồm Thánh điển Nguyên thủy, Bộ phái, Đại thừa, Mật giáo, 1692 bộ. Những trước tác của Trung Hoa, từ sớ giải, luận giải, cho đến sử truyện, du ký, v.v., tập thành từ tập 33 đến 55 trong Đại Chánh, gồm 1492 tác phẩm. Số tác phẩm được ấn hành trong Tục tạng chữ Vạn còn nhiều hơn thế nữa. Đây là hai bản Hán tạng tương đối đầy đủ nhất, trong đó tạng Đại Chánh được sử dụng rộng rãi trên quy mô thế giới.

Sự nghiệp phiên dịch Kinh điển ở nước ta được bắt đầu rất sớm, có thể trước cả thời Khương Tăng Hội, mà dấu vết có thể tìm thấy trong *Lục độ tập kinh*. Ngôn ngữ phiên dịch của Khương Tăng Hội là Hán văn. Hiện chưa có phát hiện nào về các bản dịch Kinh Phật bằng tiếng quốc âm. Suốt trong thời kỳ Bắc thuộc, do nhu cầu tinh thông Hán văn như là sách lược cấp thời để đối phó sự đồng hóa của phương bắc, Hán văn trở thành ngôn ngữ thống trị. Vì vậy công trình phiên dịch Kinh điển thành quốc âm không thể thực hiện. Bởi vì, công trình phiên dịch Tam tạng tại Trung Hoa thành tựu đồ sộ được thấy ngay, chủ yếu do sự bảo trợ của triều đình. Quốc âm chỉ được dùng như là phương tiện hoằng pháp trong nhân gian.

Cho đến thời Pháp thuộc, trước tình trạng vong quốc và sự đe dọa bởi văn hóa xâm lược, văn hóa dân tộc có nguy cơ mất gốc, cho nên sơn môn phát động phong trào chấn hưng Phật giáo, phổ biến kinh điển bằng tiếng quốc ngữ qua ký tự La-tinh. Từ đó, lần lượt các Kinh điển quan trọng từ Hán tạng được phiên dịch theo nhu cầu học và tu của Tăng già và Phật tử tại gia. Phần lớn các Kinh điển này đều thuộc Đại thừa, chỉ một số rất ít được trích dịch từ các A-hàm. Dù Đại thừa hay A-hàm, các Kinh Luận được phiên dịch đều không theo một hệ thống nào cả. Do đó sự nghiên cứu Phật học Việt Nam vẫn chưa có cơ sở chắc chắn. Mặt khác, do ảnh hưởng ngữ pháp Phạn, các bản dịch Hán hàm chứa một số vấn đề ngữ pháp Phạn Hán khiến cho ngay cả các nhà chú giải Kinh điển lớn như Cát Tạng, Trí Khải cũng phạm phải rất nhiều sai lầm. Chính Ngạn Tông, người tổ chức dịch trường theo lệnh của Tùy Dạng đế đã nêu lên một số sai lầm này. Cho đến Huyền Trang, vì phát hiện nhiều sai lầm trong các bản Hán dịch nên quyết tâm nhập Trúc cầu pháp, bất chấp lệnh cấm của triều đình và các nguy hiểm trên lộ trình.

Ngày nay, do sự phát hiện nhiều bản Kinh Luận quan trọng bằng tiếng Sanskrit, cũng như sự phổ biến ngôn ngữ Tây Tạng, mà phần lớn Kinh điển Sanskrit được phiên dịch, nên nhiều công trình chỉnh lý được thực hiện cho các bản dịch Phạn Hán. Thêm vào đó, do sự phổ biến ngôn ngữ Pali, vốn được xem là ngôn ngữ Thánh điển gần với nguyên thuyết nhất, một số sai lầm trong các bản dịch A-hàm cũng được chỉnh lý, và tỉ giảo, khiến cho lời dạy của Đức Thích Tôn được thọ trì một cách trong sáng hơn.

Trên đây là những nhận thức cơ bản để Ban phiên dịch Đại Tạng Kinh Việt Nam y theo đó mà thực hiện các bản dịch. Trước hết, là bản dịch các kinh A-hàm đang được giới thiệu ở đây. Các kinh thuộc bộ A-hàm được dịch sang Hán rất sớm, kể từ thời Hậu Hán với An Thế Cao. Nhưng phần lớn các truyền bản này đều phát xuất từ Tây vực, từ các nước Phật giáo thịnh hành thời đó như Quy-tư, Vuđiền. Do khẩu âm và phương ngữ nên trong các truyền bản được nói là Phạn văn đã hàm chứa khá nhiều sai lạc. Điều này có thể thấy rõ qua sự so sánh các đoạn tương đương Pali, hay các dẫn chứng trong Đại Tì-bà-sa, Du-già sư địa. Thêm vào đó, các dịch giả hầu hết đều học Phật và học tiếng Sanskrit tại các nước Tây Vực chứ không trực tiếp tại Ấn Độ như La-thập và Huyền Trang, nên trình độ ngôn ngữ Phạn có hạn chế. Các vị ấy khi vừa đặt chân lên Trung Hoa, do khát vọng thâm thiết của các Phật tử Trung Hoa, muốn có thêm kinh Phật để học và tu, cho nên trong khi chưa tinh thông tiếng Hán, mà công trình phiên dịch lại được thôi thúc cần thực hiện. Vì không tinh thông Hán ngữ nên công tác phiên dịch luôn luôn qua trung gian một người chuyển ngữ. Quá trình phiên dịch đi qua nhiều giai đoạn mà chính người chủ dịch không thể quán triệt, cho nên trong các bản dịch hàm chứa những đoạn văn rất tối nghĩa, và nhiều khi nhầm lẫn. Trong tình hình như vậy, một bản dịch Việt từ Hán đòi hỏi rất nhiều tham khảo để hy vọng tiếp cận với nguyên bản Sanskrit đã thất lạc, và cũng từ đó mà hy vọng có thể tiếp cận với lời Phật dạy hơn, điều mà các bản Hán dịch do trở ngại ngôn ngữ đã không thể thực hiện được.

Đại Tạng Kinh Việt Nam chủ yếu căn cứ trên Đại Chánh Đại Tạng Kinh, Nhật Bản, gồm 100 tập, được biên tập khởi đầu từ niên hiệu Đại Chánh (Taisho) thứ 11, Tl. 1922, cho đến niên hiệu Chiêu Hòa (Showa) thứ 9, Tl. 1934, tập hợp trên 100 nhà nghiên cứu Phật học hàng đầu của Nhật Bản, dưới sự chủ trì của Cao Nam Thuận Thứ Lang (Takakusu Junjiro) và Độ Biên Hải Húc (Watanabe Kaigyoku). Để bản sử dụng là bản in của chùa Hải Ấn, Triều Tiên, được gọi là bản Cao-lệ. Công trình chỉnh lý văn bản căn cứ các khắc bản Tống, Nguyên, Minh, cùng một số khắc bản và thủ bản tại Hoa và Nhật khác như tả bản Thiên Bình, bản Liêu của Cung nội sảnh, bản chùa Đại Đức, bản chùa Vạn Đức, v.v. Một số bản văn được phát hiện tại các vùng trong Tây Vực như Vu Điền, Đôn Hoàng, Quy Tư, Cao Xương, cũng được dùng làm tham khảo. Nhiều đoạn văn từ Pali và Sanskrit cũng được dẫn dưới cước chú để đối chiếu đoạn Hán dịch mà người biên tập nghi ngờ là không chính xác hoặc thuộc về dị bản nào đó.

Nội dung Đại tạng Đại Chánh được phân làm ba phần chính: phần thứ nhất, gồm 32 tập, là các bản dịch Phạn Hán bao gồm Kinh, Luật, Luận, được thuyết bởi chính kim khẩu của Phật, hay được kiết tập bởi các Thánh đệ tử, hoặc được trước tác bởi các Luận sư. Phần thứ hai, từ Đại Chánh tập 33 đến tập 55, trước tác của Trung Hoa, bao gồm các sớ giải Kinh, Luật, Luận, và luận thuyết riêng biệt của các tông phái Phật giáo Trung Hoa, các sử truyện, truyện ký, du ký, truyền kỳ; các bản Hán dịch thuộc ngoại giáo như Thắng luận, Số luận, Ba tư giáo, Thiên chúa giáo, các tập ngữ vựng Phạn Hán, giáo khoa Phạn Hán, các Kinh lục. Phần thứ ba, từ tập 56 đến 85, tập họp các trước tác của Nhật Bản, gồm các sớ giải Kinh, Luật, Luận, phần lớn căn cứ trên các bản sớ giải Trung Hoa mà giải nghĩa rộng thêm, và các luận thuyết của các tông phái tại Nhật Bản. Còn lại 12 tập sưu tập các đồ tượng, tranh ảnh, phần lớn là các đồ hình mạn-đà-la của Mật tông. 3 tập cuối, tổng mục lục, liệt kê nội dung các bản Đại tạng lưu hành.

Ban phiên dịch Đại Tạng Kinh Việt Nam chọn Đại Chánh tạng làm để bản, phiên dịch tất cả tác phẩm được ấn hành trong đó. Phàm lệ để thực hiện bản dịch tạm thời được quy định như sau:

1. Đại Tạng Kinh Việt Nam bao gồm tất cả các bản dịch tiếng Việt của Tam Tạng Kinh Điển Phật giáo đã xuất hiện ở nước ta từ trước đến nay, qua các thời kỳ với nhiều dịch giả khác nhau, để cho thấy quá trình hình thành Đại Tạng Kinh Việt Nam qua lịch sử.

2. Về bản đáy, bản dịch Việt căn cứ trên ấn bản Đại Chánh Tân Tu Đại Tạng Kinh 100 tập, mỗi tập trên dưới 1000 trang chữ Hán cỡ 10pt và sẽ được đánh số theo thứ tự của số ghi trong bản in Đại Chánh. Mỗi trang của bản in Đại chính được chia làm ba cột: a, b, c. Số trang và cột này đều được ghi trong bản dịch để tiện tham khảo.

3. Vì thế, một bản kinh chữ Hán có thể có nhiều bản dịch tiếng Việt, nên sau số thứ tự của Đại Chánh, sẽ đánh thêm các mẫu tự A, B, C... để phân biệt các bản dịch tiếng Việt khác nhau của cùng một bản kinh chữ Hán đó.

4. Về xử lý văn bản trong khi phiên dịch, phần lớn căn cứ công trình hiệu đính và đối chiếu của bản Đại Chánh. Ngoài ra, tham khảo thêm các công trình hiệu đính và đối chiếu khác.

5. Giữa các ấn bản có những điểm khác nhau, bản Việt sẽ lựa chọn hoặc hiệu đính theo nhận thức của người dịch.

6. Trong bản Hán, nếu chỗ nào xét thấy văn dịch hay từ ngữ không phù hợp với giáo nghĩa truyền thống phổ biến,

người dịch sẽ tham khảo các Kinh, Luật, Luận cần thiết để hiệu chính. Những hiệu chính này được giải thích ở phần cước chú.

7. Bản Hán dịch thực hiện căn cứ phần lớn trên sự truyền khẩu. Do đó những từ phát âm tương tự dễ đưa đến ngộ nhận, như *sam* Pāli hay *sama* và *samyak*; *cala* và *jala*; *muti* và *muṭṭhi*, v.v... Trong những trường hợp này, người dịch sẽ tham chiếu các kinh tương đương, các bản Hán biệt dịch, suy đoán tự dạng nguyên thủy có thể có trong Phạn bản để hiệu chính. Những hiệu chính này đều được ghi ở phần cước chú.

8. Do các truyền bản khác nhau giữa các bộ phái, để có nhận thức về giáo nghĩa nguyên thủy, chung cho tất cả, cần có những nghiên cứu đối chiếu sâu rộng. Công việc này ngoài khả năng hiện tại của các dịch giả. Tuy nhiên, trong trường hợp có thể, những điểm dị biệt giữa các truyền bản sẽ được ghi nhận và đối chiếu. Những ghi nhận này được nêu ở phần cước chú.

9. Bản Hán dịch được phân thành số quyển. Bản dịch Việt không chia số quyển như vậy, nhưng sẽ ghi ở phần cước chú mỗi khi bắt đầu một quyển khác.

10. Các từ Phật học trong một số bản Hán dịch nếu không phổ biến, do đó có thể gây khó khăn cho việc đọc và nghiên cứu, trong các trường hợp như vậy, tuy vẫn giữ nguyên dịch ngữ của bản Hán, nhưng dịch ngữ tương đương thông dụng hơn sẽ được ghi trong phần cước chú. Trong trường hợp có thể, sẽ ghi luôn dịch giả của những

dịch ngữ này và xuất xứ của chúng từ bản dịch nào để tiện việc tham khảo.

11. Các kinh sách tham khảo trong cước chú đều được viết tắt theo quy định phổ thông của giới nghiên cứu quốc tế; xem quy định về viết tắt ở cuối mỗi tập của Đại tạng kinh Việt Nam.

II. PHƯƠNG ÁN THỰC HIỆN

Dự án thực hiện bao gồm các công trình phiên dịch, biên tập, và ấn hành, một Hội Đồng phiên dịch Đại Tạng Kinh Việt Nam được thành lập, được điều phối bởi Tổng biên tập, với các nhiệm vụ được phân phối như sau:

1. Ủy ban Phiên dịch. Để hoàn tất một bản dịch, các công tác sau đây cần được thực hiện:

a. Phiên dịch trực tiếp: Các văn bản lần lượt được phân phối đến các vị có trình độ Hán văn tương đối, kiến thức Phật học cơ bản, và khả năng ngôn ngữ cần thiết, phiên dịch trực tiếp từ Hán sang Việt.

b. Hiệu đính và chú thích: nhiệm vụ chủ yếu của phần hiệu chính là đọc lại bản dịch thô và bổ túc những sai lầm có thể có trong bản dịch. Trong thực tế, người hiệu đính còn phải làm nhiều hơn thế nữa.

Trước hết là phần chỉnh lý văn bản. Phần này đáng lý phải thực hiện trước khi phiên dịch. Việc chỉnh lý văn bản thoạt tiên có vẻ đơn giản, vì người dịch chỉ lưu ý một số nhầm lẫn trong việc khắc bản của để bản. Những điểm khác nhau giữa các bản khắc hầu hết được ghi ở cước chú trong ấn bản Đại Chánh, người dịch chỉ cần hiểu rõ nội dung đoạn dịch thì có thể lựa chọn những từ thích hợp trong cước chú. Tuy nhiên, do hạn chế về trình độ Phật pháp và khả năng tham khảo nên đa số người dịch không chọn được từ chính xác. Mặt khác, ngay cả các từ trong cước chú không phải hoàn toàn chính xác. Ngay cả Đại sư Ấn Thuận cũng phạm phải một số sai lầm khi chọn từ, vì không tìm ra các đoạn Pali hoặc Sanskrit tương đương nên phải dựa trên ức đoán. Những ức đoán phần nhiều là sai. Mặt khác, nhiều sai lầm không phải do tả bản hay khắc bản, mà do chính từ truyền bản. Bởi vì, kinh điển từ Ấn Độ truyền sang hầu hết đều do khẩu truyền. Những biến đổi trong khẩu âm, phát âm, khiến nhầm lẫn từ này với từ khác, làm cho ý nghĩa nguyên thủy của giáo lý sai lạc. Người dịch từ Hán văn mà không có trình độ Phạn văn nhất định thì không thể phát hiện những sai lầm này. Điều đáng lưu ý những sai lầm này xuất hiện rất nhiều và rất thường xuyên trong nhiều bản dịch Phạn Hán.

Phần hiệu đính tập trung trên cú pháp Phạn mà ảnh hưởng của nó trong các bản dịch khiến cho nhiều khi ngay cả những vị tinh thông Hán, ngay cả các nhà chú giải kinh điển nổi tiếng cũng phải nhầm lẫn. Để hiểu rõ nội dung bản dịch Hán, cần thiết phải tìm lại nguyên bản Phạn để đối chiếu. Đại sư Cát Tạng đã vấp phải sai lầm khi không có cơ sở để phân tích mệnh đề Hán dịch là năng động hay thụ động, do đó đã nhầm lẫn người giết với kẻ bị giết. Đó là một đoạn văn trong *Thắng man* mà nguyên bản Phạn của kinh này đã thất lạc, nhưng đoạn văn tương đương lại được tìm thấy trong trích dẫn của *Sikṣasamuccaya* của *Sāntideva*. Nếu không tìm thấy đoạn Sanskrit được trích dẫn này thì không ai có thể biết rằng Cát Tạng đã nhầm lẫn.

Rất nhiều kinh điển trong nguyên bản Phạn đã bị thất lạc. Ngay cả những tác phẩm quan trọng như Đại Tì-bà-sa chỉ tồn tại trong bản dịch của Huyền Trang. Nhiều đoạn được trích dẫn trong bản dịch *Câu-xá*, mà Phạn văn đã được phát hiện, cũng giúp người đọc Đại Tì-bà-sa có manh mối để đi sâu vào nội dung. Đọc một bản văn mà không nắm vững nội dung của nó, nghĩa là chính dịch giả cũng không hiểu, hoặc hiểu sai, sao có thể hy vọng người đọc hiểu được đoạn văn phiên dịch? Do đó, công tác hiệu đính không đơn giản chỉ bổ túc những khuyết điểm trong bản dịch về lối hành văn, mà đòi hỏi công phu tham khảo rất nhiều để nắm vững nội dung nguyên tác trong một giới hạn khả dĩ.

Đại Tạng Kinh Việt Nam là bản dịch Việt từ Hán tạng, do đó không thể tự tiện thay đổi nội dung dù phát hiện những sai lầm trong bản Hán. Những sai lầm mang tính lịch sử, do đó không được phép loại bỏ tùy tiện. Tuy vậy, bản dịch Việt cũng không thể bỏ qua những nhầm lẫn được phát hiện. Những phát hiện sai lầm cần được nêu lên, và những hiệu đính cũng cần được đề nghị. Những điểm này được ghi ở phần cước chú để cho bản Việt vẫn còn gần với bản Hán dịch.

Trên đây là một số điều kiện tất yếu để thực hiện một bản dịch tương đối khả dĩ chấp nhận. Trong tình hình hiện tại, chúng ta chỉ có rất ít vị có thể hội đủ điều kiện yêu cầu như trên. Do đó, dự án thực hiện hướng đến chương trình đào tạo, không đơn giản chỉ là đào tạo chuyên gia dịch thuật, mà là bồi dưỡng những vị có trình độ Phật học cao với khả năng đọc và hiểu các ngôn ngữ chuyển tải Thánh điển, chủ yếu các thứ tiếng Pali, Sanskrit, Tây Tạng và Hán. Trong tình hình nghiên cứu Phật học hiện tại trên thế giới, người muốn nghiên cứu Phật học mà không biết đến các ngôn ngữ này thì khó có thể nắm vững giáo nghĩa căn bản. Và đây cũng là điều mà Ngạn Tông đã nêu rõ trong các điều kiện tham gia dịch thuật trong viện phiên dịch bảo trợ bởi Tùy Dạng Đế, mặc dù Ngạn Tông chỉ yêu cầu hiểu biết Phạn văn nhưng đồng thời cũng yêu cầu kiến thức uyên bác, không chỉ tinh thông Phật điển mà còn cả thư tịch ngoại giáo.

Chi tiết chương trình đào tạo cần được trình bày trong một dịp khác.

2. Ủy ban Ấn hành. Công tác ấn hành gồm các phần:

a. Sửa lỗi chính tả của các bản dịch. Hiện tại lỗi chính tả trong các bản dịch do các Thầy, Cô, và Phật tử tự nguyện chỉnh sửa. Nhưng chỉ là công tác nghiệp dư, do không chuyên trách, và do đó cũng thiếu kinh nghiệm trong việc phát hiện lỗi, nên các bản in phổ biến tồn tại khá nhiều lỗi chính tả.

b. Trình bày bản in. Công tác này tùy thuộc điều kiện kỹ thuật vi tính. Sơ khởi, ban ấn hành chưa đủ điều kiện để có những vị thành thạo sử dụng kỹ thuật vi tính trong việc trình bày văn bản. Công việc này hiện tại do các Thầy, Cô phụ trách, với trình độ kỹ thuật do tự học, và tự phát. Vì vậy, trong nhiều trường hợp không khắc phục được lỗi kỹ thuật nên hình thức trình bày của bản văn chưa được hoàn hảo như mong đợi.

Sự nghiệp phiên dịch được định khoảng 15 năm, hoặc có thể lâu hơn nữa. Hình thức Đại Tạng Kinh do đó không thể được thiết kế một lần hoàn hảo. Trong diễn tiến như vậy, tất nhiên trình độ kỹ thuật được cải tiến theo thời gian, khiến cho hình thức trình bày cũng cần thay đổi cho phù hợp với thời đại. Hậu quả sẽ khó tránh khỏi là sự không đồng bộ giữa các tập Đại Tạng Kinh ấn hành trước và sau.

c. Ấn loát. Sau khi hình thức trình bày được chấp nhận, bản dịch được đưa đi nhà in. Trách nhiệm ấn loát được giao cho nhà in với các khoản được ghi thành hợp đồng. Vấn đề ấn loát như vậy tương đối ổn định. Tuy nhiên, cũng cần có người chuyên trách để theo dõi quá trình ấn loát, hầu tránh những sai sót kỹ thuật có thể có do nhà in.

d. Phát hành, phổ biến và vận động. Một nhiệm vụ không kém quan trọng là phát hành và phổ biến Đại Tạng Kinh. Công việc này đáng lý do một ban phát hành chuyên trách. Nhưng trong điều kiện nhân sự hiện tại, một Ban như vậy chưa thể thành lập, do đó ban ấn hành kiêm nhiệm. Thêm nữa, công trình phiên dịch là sự nghiệp chung của toàn thể Phật tử Việt Nam, không phân biệt Giáo hội, hệ phái, do đó cần có sự tham gia và cống hiến của chư Tăng Ni, Phật tử, bằng hằng sản và hằng tâm, bằng tâm nguyện cá nhân hay tập thể dưới các hình thức hỗ trợ và bảo trợ bằng vật chất hoặc tinh thần, cống hiến bằng tất cả khả năng vật chất và trí tuệ. Công việc vận động này để cho được hữu hiệu với sự tham gia tích cực của nhiều chúng đệ tử cũng cần được chuyên trách bởi một ban vận động. Trong điều kiện nhân sự hiện tại, ban ấn hành kiêm nhiệm.

HẬU TỪ

Trải qua trên dưới 2 nghìn năm du nhập, những giáo nghĩa căn bản mà đức Phật đã giảng được học và hành tại Việt Nam, đã đem lại nhiều an lạc cho nhiều cá nhân và xã hội, đã góp phần xây dựng tình cảm và tư duy của các cộng đồng cư dân trên đất nước Việt. Thế nhưng, sự nghiệp phiên dịch cũng như ấn hành để phổ biến Thánh điển, làm nền tảng sở y cho sự học và hành, chưa được thực hiện trên quy mô rộng lớn toàn quốc.

Sự nghiệp phiên dịch tại Trung Quốc trải qua gần hai nghìn năm, với thành tựu vĩ đại, tập đại thành và bảo tồn kho tàng Thánh điển thoát qua nhiều trận hủy diệt do những đức tin mù quáng, quàng tín. Sự nghiệp ấy đại bộ phận do các quốc vương Phật tử tích cực bảo trợ, đã là sự nghiệp chung của toàn thể nhân dân theo từng giai đoạn đặc biệt của lịch sử. Việt Nam tuy cũng có các minh quân Phật tử, nhưng do tác động bởi các yếu tố chính trị xã hội nên chưa từng được tổ chức quy mô dưới sự bảo trợ của triều đình. Chỉ do yêu cầu thực tế học và hành mà một số kinh điển được phiên dịch, nhưng chưa đủ để lập thành nền tảng tương đối hoàn bị cho sự nghiên cứu sâu giáo nghĩa.

Gần đây, vào năm 1973, một Hội đồng phiên dịch Tam tạng lần đầu tiên trong lịch sử được thành lập. Chủ tịch: Thượng tọa Thích Trí Tịnh, Tổng thư ký: Thượng tọa Thích Quảng Độ, với các thành viên quy tụ tất cả các Thượng tọa và Đại đức đã có công trình phiên dịch và có uy tín trên phương diện nghiên cứu Phật học, dưới sự chỉ đạo của Viện Tăng Thống, Giáo hội Phật giáo Việt Nam Thống nhất. Chương trình phiên dịch được soạn thảo trên quy mô rộng lớn, nhưng do bởi hoàn cảnh chiến tranh cho nên chỉ mới thực hiện được một phần nhỏ. Một phần của thành quả này về sau được ấn hành năm 1993 bởi Viện Nghiên cứu Phật học Việt Nam, trực thuộc Giáo hội Phật giáo Việt Nam, dưới danh hiệu "Đại Tạng Kinh Việt Nam." Thành quả này là các Kinh thuộc bộ A-hàm được phân công bởi Hội đồng Phiên dịch Tam tạng, trong đó, *Trường A-hàm* và *Tạp A-hàm* do TT Thiện Siêu, TT Trí Thành và ĐĐ Tuệ Sỹ thuộc Viện Cao đẳng Phật học Hải đức Nha trang; *Trung A-hàm* và *Tăng nhất A-hàm* do TT Thanh Từ, TT Bửu Huệ, TT Thiền Tâm thuộc Viện Cao đẳng Phật học Huệ Nghiêm Saigon.

Ngoài ra, một phần phân công khác cũng đã được hoàn thành như:

TT Trí Nghiêm: Đại Bát Nhã (Huyền Trang dịch, 600 cuốn) thuộc bộ Bát-nhã. TT Trí Tịnh: Kinh *Ma-ha Bát-nhã-ba-la-mật* (Đại phẩm) thuộc bộ Bát-nhã; Kinh *Diệu pháp Liên hoa* (La-thập dịch), thuộc bộ Pháp hoa; Kinh Đại phương Quảng Phật Hoa nghiêm (bản Bát thập) thuộc bộ Hoa nghiêm, và toàn bộ Đại bảo tích.

Các bản dịch này cũng đã được ấn hành nhưng do bởi đệ tử của các Ngài chứ chưa đưa vào Đại Tạng Kinh Việt Nam.

Những vị được phân công khác chưa thấy có thành quả được công bố.

Mặc dù với nỗ lực to lớn, nhưng do hoàn cảnh nhiễu nhương của đất nước nên thành tựu rất khiêm nhượng. Thêm nữa, các thành tựu này cũng chưa hội đủ điều kiện và thời gian thuận tiện được hiệu đính và biên tập theo tiêu chuẩn nghiên cứu và phiên dịch Phật điển trong trình độ nghiên cứu Phật giáo hiện đại của thế giới, do đó cũng chưa thể được dự phần trong sự nghiệp phiên dịch và nghiên cứu Phật học trên quy mô quốc tế, như cống hiến của Phật giáo Việt Nam cho cộng đồng nhân loại trong sự nghiệp hoằng dương Chánh pháp chung của toàn thể Phật tử thế giới vì lợi ích và an lạc của hết thảy mọi loài chúng sanh.

Sự nghiệp như vậy không thể là cống hiến cá biệt của một cá nhân hay tập thể, của một Giáo hội hay hệ phái, mà là sự nghiệp chung của toàn thể Tăng tín đồ Phật giáo Việt Nam, không chỉ một thế hệ, mà liên tục trong nhiều thế hệ, cùng tồn tại và tiến bộ theo đà thăng tiến của xã hội và nhân loại. Trên hết là báo đáp ân đức của Phật Tổ, đã vì an lạc của chúng sanh mà trải qua vô vàn khổ hành, qua vô số a-tăng-kỳ kiếp. Thứ đến, kế thừa sự nghiệp hoằng pháp lợi sanh của Thầy Tổ để cho ngọn đèn Chánh pháp luôn luôn được thắp sáng trong thế gian.

Vì vậy, chúng tôi khẩn thiết, trên nương nhờ uy thần nhiếp thọ của Chư Phật và Thánh Tăng, cùng với sự tán trợ của chư vị Trưởng lão hiện tiền trong hàng Tăng bảo, kêu gọi sự hỗ trợ cống hiến bằng tất cả tâm nguyện và trí lực, bằng tất cả hằng sản và hằng tâm, của bốn chúng đệ tử Phật, cho sự nghiệp hoằng pháp đệ nhất tối thắng này được tiến hành vững chắc và liên tục từ thế hệ này cho đến nhiều thế hệ tiếp theo, duy trì ngọn đèn Chánh pháp tồn tại lâu dài trong thế gian vì lợi ích và an lạc của hết thảy chúng sanh.

Mùa Phật đản Pl. 2552 – Mậu Tý 2008
Trí Siêu – Tuệ Sỹ
cẩn bạch

GIÁO HỘI PHẬT GIÁO VIỆT NAM THỐNG NHẤT

HỘI ĐỒNG PHIÊN DỊCH TAM TẠNG LÂM THỜI

DUYÊN KHỞI

Kể từ phong trào chấn hưng Phật giáo vào thập niên 1930, chư vị dịch giả đã cố gắng phiên âm và phiên dịch Kinh điển từ Hán văn hay chữ Nôm sang chữ quốc ngữ để sử dụng trong sinh hoạt thiền môn Việt Nam cũng như để đem giáo lý Phật đi vào quần chúng. Những nỗ lực như vậy rất đáng trân trọng, nhưng vẫn còn là những đóng góp từ cá nhân, mang tính cấp thời, chưa có sự phối hợp đồng bộ, và chưa đủ tầm mức học thuật để giới thiệu Thánh điển Phật giáo tiếng Việt đến với cộng đồng dân tộc.

Vài thập niên sau đó thì chữ quốc ngữ qua ký tự La-tinh mới được phổ cập trong thiền môn, và kinh sách Phật giáo bằng tiếng Việt, phiên dịch cũng như trước tác, mới được bừng khai, không những tạo nên các phong trào tu học của quần chúng khắp nước, mà còn là sự dẫn đạo tư tưởng của Phật giáo Việt Nam đối với các thế hệ trưởng thành trong chiến tranh qua sự thành lập Giáo Hội Phật

Giáo Việt Nam Thống Nhất (GHPGVNTN), đồng thời kiến lập Đại Học Vạn Hạnh, một viện đại học tư thục Phật giáo đầu tiên tại Nam Việt Nam vào năm 1964.

Từ nguồn nhân lực dồi dào với nhiều vị pháp sư, học giả được đào tạo trong và ngoài nước, cũng như các cơ sở giáo dục Phật giáo được trải rộng khắp miền Trung và Nam Việt, Viện Tăng Thống GHPGVNTN đã có nền tảng vững chắc về học thuật để quyết định thành lập Hội Đồng Phiên Dịch Tam Tạng; và qua Hội nghị Toàn thể Hội đồng Phiên dịch Tam Tạng tổ chức tại Viện Đại Học Vạn Hạnh vào các ngày 20, 21, 22 tháng 10 năm 1973, hội nghị đã đưa ra dự án phiên dịch với mục lục tổng quát các Kinh điển truyền bản Hán tạng cần phiên dịch, phân chia công việc, cũng như giới thiệu thành viên của Hội đồng Phiên dịch Tam Tạng gồm 18 vị Pháp sư như sau:

HỘI ĐỒNG PHIÊN DỊCH TAM TẠNG 1973

A. *Ủy Ban Phiên Dịch:*

1. Hòa thượng Trưởng lão Thích Trí Tịnh
   (1917 – 2014)
   Trưởng Ban

2. Hòa thượng Trưởng lão Thích Minh Châu
   (1918 – 2012)
   Phó Trưởng Ban

3. Hòa thượng Trưởng lão Thích Quảng Độ
   (1928 – 2020)
   Tổng Thư Ký

4. Hòa thượng Trưởng lão Thích Trí Quang
   (1923 – 2019)

5. Hòa thượng Trưởng lão Thích Đức Nhuận (1924 – 2002)

6. Hòa thượng Trưởng lão Thích Bửu Huệ (1914 – 1991)

7. Hòa thượng Trưởng lão Thích Trí Thành (1921 – 1999)

8. Hòa thượng Trưởng lão Thích Nhật Liên (1923 – 2010)

9. Hòa thượng Trưởng lão Thích Thiện Siêu (1921 – 2001)

10. Hòa thượng Trưởng lão Thích Huyền Vi (1926 – 2005)

B. *Thành Viên Bổ Sung:*

1. Hòa thượng Trưởng lão Thích Đức Tâm (1928 – 1988)

2. Hòa thượng Trưởng lão Thích Huệ Hưng (1917 – 1990)

3. Hòa thượng Trưởng lão Thích Thuyền Ấn (1927 – 2010)

4. Hòa thượng Trưởng lão Thích Trí Nghiêm (1911 – 2003)

5. Hòa thượng Trưởng lão Thích Trung Quán (1918 – 2003)

6. Hòa thượng Trưởng lão Thích Thiền Tâm (1925 – 1992)

7. Hòa thượng Trưởng lão Thích Thanh Từ (1924 –)

8. Hòa thượng Thích Tuệ Sỹ (1943 –)

Sau gần 50 năm kể từ khi Hội đồng Phiên dịch Tam Tạng được thành lập, nhiều Kinh điển đã được phiên dịch, góp phần đáng kể vào kho tàng Thánh điển Phật giáo Việt Nam, nhưng có thể nói rằng dự án phiên dịch đưa ra thời ấy, vẫn chưa hoàn tất. Lý do thứ nhất, do hoàn cảnh chiến tranh và bất toàn xã hội, các Kinh điển được dịch rồi vẫn không có đủ thời gian thuận tiện để được hiệu đính và nhuận sắc lại theo đúng tiêu chuẩn Phật điển hàn lâm. Thứ nữa, với nguồn tài liệu cổ ngữ, sinh ngữ dồi dào hiện nay cùng với phương tiện kỹ thuật vi tính, thông tin liên mạng, chư vị dịch giả có rất nhiều cơ hội để truy cập, tham khảo, đối chiếu các truyền bản khác nhau để có được định bản tiếng Việt đáng tin cậy, theo chuẩn mực quốc tế. Ngoài ra, chư vị thành viên Hội đồng Phiên dịch đã theo thời gian, tuần tự viên tịch khi công trình phiên dịch còn dang dở. Nay chỉ còn 2 trong số 18 vị dịch giả còn đương tiền, nhưng một vị đang trong tình trạng bất hoạt; vị duy nhất còn lại có thể tiếp tục đảm đương trọng nhiệm là Hòa thượng Thích Tuệ Sỹ. Xét thấy, đây cũng là phước duyên hy hữu cho Phật giáo Việt Nam cũng như cho công trình phiên dịch Tam Tạng do Viện Tăng Thống đề ra nửa thế kỷ trước:

a) Về phương diện học thuật, Hòa thượng Tuệ Sỹ là một trong số ít học giả uy tín trong việc nghiên tầm, phiên dịch, chú giải và giảng thuật về Tam Tạng Kinh điển từ nhiều thập niên qua; đã và đang đào tạo, nâng đỡ nhiều thế hệ Tăng Ni và Cư sĩ có trình độ Phật học và cổ ngữ có thể phụ trợ công trình phiên dịch;

b) Về phương diện điều hành, Hòa thượng Tuệ Sỹ chính thức tiếp nhận ấn tín Viện Tăng Thống từ Đức Đệ ngũ Tăng Thống, hàm nghĩa kế thừa sự nghiệp hoằng pháp của GHPGVNTN, đồng thời kế thừa công trình phiên dịch của Hội đồng Phiên dịch Tam Tạng được Hội đồng Giáo phẩm Trung ương Viện Tăng Thống thành lập năm 1973.

Từ những nhân duyên và điều kiện kể trên, công trình phiên dịch dang dở của chư vị tiền hiền tất yếu phải được Hòa thượng Tuệ Sỹ đưa vai gánh vác, không thể để cho gián đoạn. Đó là lý do, từ danh nghĩa Viện Tăng Thống GHPGVNTN, Hội Đồng Phiên Dịch Tam Tạng Lâm Thời (HĐPDTTLT) đã được thành lập vào ngày 03 tháng 12 năm 2021, theo Thông Bạch số 11/VTT/VP, nhằm kế thừa sự nghiệp phiên dịch Tam Tạng của chư vị Trưởng lão Hội Đồng Phiên Dịch Tam Tạng Viện Tăng Thống, với thành phần nhân sự như sau:

HỘI ĐỒNG PHIÊN DỊCH TAM TẠNG LÂM THỜI 2021[*]

Cố Vấn:	Giáo sư Trí Siêu Lê Mạnh Thát (Việt Nam)
Chủ Tịch:	Hòa thượng Thích Tuệ Sỹ (Việt Nam)
Chánh Thư Ký:	Hòa thượng Thích Như Điển (Đức quốc)
Phó Thư Ký Quốc Nội:	Hòa thượng Thích Thái Hòa (Việt Nam)

---

[*] Cập nhật ngày 08.05.2022.

Phó Thư Ký Hải Ngoại: Hòa thượng Thích Nguyên Siêu (Hoa Kỳ)

Ủy Ban Duyệt Sách:

Hòa thượng Thích Tuệ Sỹ; Giáo sư Trí Siêu Lê Mạnh Thát.

Ủy Ban Phiên Dịch:

Hòa thượng Thích Đức Thắng (Việt Nam); Hòa thượng Thích Thái Hòa (Việt Nam); Thượng tọa Thích Nguyên Hiền (Việt Nam); Thượng tọa Thích Nhuận Châu (Việt Nam); Đại đức Thích Nhuận Thịnh (Việt Nam); Cư sĩ Đạo Sinh Phan Minh Trị (Việt Nam); Cư sĩ Trí Việt Đỗ Quốc Bảo (Đức quốc).

Ủy Ban Chứng Nghĩa Chuyết Văn:

Hòa thượng Thích Thiện Quang (Canada); Thượng tọa Thích Nguyên Tạng (Úc); Đại đức Thích Nhuận Thịnh (Việt Nam); Cư sĩ Tâm Huy Huỳnh Kim Quang (Hoa Kỳ); Cư sĩ Tâm Quang Vĩnh Hảo (Hoa Kỳ).

Những thành viên khác tùy theo nhu cầu sẽ được thỉnh cử sau.

Xét thấy công hạnh tu trì cũng như kiến văn của thành viên chưa thể sánh ngang với chư Tôn túc Trưởng lão Hội đồng Phiên dịch Tam Tạng 1973, do đó chỉ có thể thành lập Hội đồng Lâm thời để kế thừa việc phiên dịch Kinh-Luật-Luận theo khả năng. Trong điều kiện như thế, HĐPDTTLT sẽ không phiên dịch theo thứ tự lịch sử hình thành Thánh điển như Đại Chánh, mà theo phương pháp các Kinh Lục cổ điển, phân Thánh giáo thành Ba thừa: Thanh Văn Tạng,

Bồ-tát Tạng và Mật Tạng. Cho đến khi nào sở học và đạo hạnh được nâng cao, đủ để xác định tín tâm trong hàng bốn chúng đệ tử, bấy giờ Hội đồng Phiên dịch Tam Tạng Lâm thời sẽ chuyển thành chính thức, và sẽ tuần tự thực hiện chương trình phiên dịch đúng theo đề xuất của Hội đồng Phiên dịch Tam Tạng 1973.

Sự nghiệp phiên dịch Đại Tạng Kinh là sự nghiệp chung, hệ trọng và trường kỳ, của Tăng tín đồ Phật giáo Việt Nam trong và ngoài nước. Hình thành Đại Tạng Kinh tiếng Việt không những tạo điều kiện thuận lợi cho việc nghiên cứu và thực hành Phật Pháp đúng đắn cho tứ chúng đệ tử, khẳng định vị thế của Phật giáo Việt Nam đối với nhân loại và cộng đồng Phật giáo quốc tế, mà còn là sự phục hưng những giá trị văn hóa dân tộc nhằm góp phần vào việc xây dựng và phát triển đất nước. Nhận thức được tầm quan trọng này, chư vị lãnh đạo các Giáo hội Phật giáo Việt Nam Thống Nhất tại hải ngoại đã vận động thành lập Hội Đồng Hoằng Pháp vào ngày 08 tháng 5 năm 2021, với sự tán trợ của Viện Tăng Thống, nhằm mở rộng con đường hoằng pháp ngoài nước theo tiêu hướng của GHPGVNTN, cũng như để vận động yểm trợ và thúc đẩy công trình phiên dịch và ấn hành Đại Tạng Kinh Việt Nam tiến đến thành tựu viên mãn.

Để tri niệm ân sâu của chư lịch đại Tổ sư và chư vị Tôn túc trong Hội Đồng Phiên Dịch Tam Tạng 1973 trong sự nghiệp hoằng truyền chánh đạo, Hội Đồng Hoằng Pháp nguyện góp phần công đức, toàn tâm ủng hộ, cúng dường tâm lực, trí lực và tài lực để Đại Tạng Kinh Việt Nam chuẩn mực được lần lượt ấn hành, khởi đầu từ Thanh Văn Tạng, tháng 01 năm 2022, cho đến khi hoàn tất Bồ-tát Tạng và Mật Tạng trong thập niên tới.

Nguyện đem công đức Pháp thí này hồi hướng chánh pháp cửu trụ, tứ chúng an hòa, phát Bồ-đề tâm tiến tu đạo nghiệp; lại nguyện nhân loại được an vui, phúc lạc; sớm chấm dứt thiên tai dịch bệnh, khắp loài chúng sinh đều được lạc nghiệp an cư.

Ngưỡng vọng chư tôn Trưởng lão, chư Hòa thượng, Thượng tọa, Đại đức Tăng Ni cùng bốn chúng đệ tử trong và ngoài nước chứng minh và liễu tri.

Nam mô Công Đức Lâm Bồ-tát.

Phật lịch 2565, năm Tân Sửu
Ngày 01 tháng 01 năm 2022

Hội Đồng Phiên Dịch Tam Tạng Lâm Thời
Cẩn bạch

PHÀM LỆ

1. Đại Tạng Kinh Việt Nam bao gồm tất cả các bản dịch tiếng Việt của Tam Tạng Kinh Điển Phật giáo đã xuất hiện ở nước ta từ trước đến nay, qua các thời kỳ với nhiều dịch giả khác nhau, để cho thấy quá trình hình thành Đại Tạng Kinh Việt Nam qua lịch sử.

2. Về bản đáy, bản dịch Việt căn cứ trên ấn bản Đại Chánh Tân Tu Đại Tạng Kinh 100 tập, mỗi tập trên dưới 1000 trang chữ Hán cỡ 10pt và sẽ được đánh số theo thứ tự của số ghi trong bản in Đại Chánh. Mỗi trang của bản in Đại chính được chia làm ba cột: a, b, c. Số trang và cột này đều được ghi trong bản dịch để tiện tham khảo.

3. Vì thế, một bản Kinh chữ Hán có thể có nhiều bản dịch tiếng Việt, nên sau số thứ tự của Đại Chánh, sẽ đánh thêm các mẫu tự A, B, C... để phân biệt các bản dịch tiếng Việt khác nhau của cùng một bản Kinh chữ Hán đó.

4. Về xử lý văn bản trong khi phiên dịch, phần lớn căn cứ công trình hiệu đính và đối chiếu của bản Đại Chánh. Ngoài ra, tham khảo thêm các công

trình hiệu đính và đối chiếu khác.

5. Giữa các ấn bản có những điểm khác nhau, bản Việt sẽ lựa chọn hoặc hiệu đính theo nhận thức của người dịch.

6. Trong bản Hán, nếu chỗ nào xét thấy văn dịch hay từ ngữ không phù hợp với giáo nghĩa truyền thống phổ biến, người dịch sẽ tham khảo các Kinh, Luật, Luận cần thiết để hiệu chính. Những hiệu chính này được giải thích ở phần cước chú.

7. Bản Hán dịch thực hiện căn cứ phần lớn trên sự truyền khẩu. Do đó những từ phát âm tương tự dễ đưa đến ngộ nhận, như *sam* Pāli hay *sama* và *samyak*; *cala* và *jala*; *muti* và *muṭṭhi*, v.v... Trong những trường hợp này, người dịch sẽ tham chiếu các Kinh tương đương, các bản Hán biệt dịch, suy đoán tự dạng nguyên thủy có thể có trong Phạn bản để hiệu chính. Những hiệu chính này đều được ghi ở phần cước chú.

8. Do các truyền bản khác nhau giữa các bộ phái, để có nhận thức về giáo nghĩa nguyên thủy, chung cho tất cả, cần có những nghiên cứu đối chiếu sâu rộng. Công việc này ngoài khả năng hiện tại của các dịch giả. Tuy nhiên, trong trường hợp có thể, những

điểm dị biệt giữa các truyền bản sẽ được ghi nhận và đối chiếu. Những ghi nhận này được nêu ở phần cước chú.

9. Bản Hán dịch được phân thành số quyển. Bản dịch Việt không chia số quyển như vậy, nhưng sẽ ghi ở phần cước chú mỗi khi bắt đầu một quyển khác.

10. Các từ Phật học trong một số bản Hán dịch nếu không phổ biến, do đó có thể gây khó khăn cho việc đọc và nghiên cứu, trong các trường hợp như vậy, tuy vẫn giữ nguyên dịch ngữ của bản Hán, nhưng dịch ngữ tương đương thông dụng hơn sẽ được ghi trong phần cước chú. Trong trường hợp có thể, sẽ ghi luôn dịch giả của những dịch ngữ này và xuất xứ của chúng từ bản dịch nào để tiện việc tham khảo.

11. Các Kinh sách tham khảo trong cước chú đều được viết tắt theo quy định phổ thông của giới nghiên cứu quốc tế; xem quy định về viết tắt ở cuối mỗi tập của Đại Tạng Kinh Việt nam.

12. Quy ước các danh từ viết hoa

Các từ gốc Sanskrit/Pāli:

a. Từ thường phiên âm: tất cả viết thường với gạch nối. Như *śūnyatā* = thuấn-nhã-đa tính, *kṣatriya* = sát-đế-lợi. Trừ các từ tôn kính, theo ngữ cảnh; như: *Nirvāṇa* = Niết-bàn; *Ācārya* = A-xà-lê; *Bhikṣu* = Tỳ-kheo v.v…

b. Từ đặc hữu (nhân danh, địa danh): Chữ đầu hoa, còn lại thường, với gạch nối. Như *Śariputra* = Xá-lợi-phất, *Śrāvastī* = Xá-vệ, *Kapilavastu* = Ca-tì-la-vệ.

c. Trường hợp vừa âm vừa nghĩa, phần phiên âm chữ đầu hoa, còn lại thường *với* gạch nối; phần nghĩa viết Hoa, như *Śariputra* = Xá-lợi Tử.

* *Các từ thuần Việt*, chưa có quy tắc chính thức, nhưng theo cách viết phổ thông hiện nay:

a. Từ phổ thông: tất cả không hoa, trừ trường hợp tôn kính hay đặc biệt.

b. Từ đặc hữu, nhân danh, địa danh: tất cả viết hoa.

Vạn Hạnh, Pl. 2550 - Dl. 2006
Trí Siêu và **Tuệ Sỹ** cẩn chí

BẢNG VIẾT TẮT

A	*Aṅguttara-Nikāya* – Tăng chi bộ kinh
Câu-xá	A-tỳ-đạt-ma-câu-xá luận, T 29 No 1558
Cf.	*confer*, Tham chiếu, so sánh
Chân Đế	bản dịch của Chân Đế
cht.	chú thích
...cho đến	Lặp lại nguyên văn đoạn trên
D	*Dīgha-nikāya*, Trường bộ kinh
Đại.	Đại Chánh Tân Tu Đại Tạng Kinh, Taisho
đd	đã dẫn
Dh, Dhp	*Dhammapada*, kinh Pháp cú
Du-già	Du-già sư địa luận, T 30 No 1579
Huyền Tráng	bản dịch của Huyền Trang
ibid.	*ibidem*, cùng chỗ đã dẫn, đã dẫn, dẫn thượng
M	*Majjhima-Nikāya* – Trung bộ kinh
NM	bản in đời Nguyên Minh
nt	như trên
Pl.	Pāli
S	*Samyutta-Nikāya* – Tương ưng bộ kinh

Sdt.	sách dẫn trên
Sđd.	Sách đã dẫn
Skt.	Sanskrit
Sn	*Sutta-nipāta* – Kinh tập
TN	Taisho, bản Đại Chánh, theo số quyển
Tập dị	Tập dị môn túc luận
Th 1	*Theragāthā* – Trưởng lão kệ
Th 2	*Therīgāthā* – Trưởng lão ni kệ
thc.	tham chiếu
thk.	tham khảo
Tì-bà-sa	A-tì-đạt-ma Đại tì-bà-sa luận
Tl.	Tây lịch
TNM	bản in các đời Tống Nguyên Minh
tr.	Trang
vd.	ví dụ
Vin.	*Vinaya*, Luật tạng Pāli
Vsm.	*Visuddhimagga* – Thanh tịnh đạo luận
x.	xem
Wogihara	Phạn Hòa từ điển, Địch Nguyên Vân Lai (Wogihara Unrai)

LƯỢC SỬ TRUYỀN DỊCH

I. KẾT TẬP VÀ BỘ LOẠI

1. Hình thức kết tập

Tăng nhất A-hàm (Skt. *Ekottarāgama*) được kể là bộ thứ tư trong bốn *A-hàm*. Thứ tự này không nhất trí giữa các bộ phái, tùy theo mức độ trọng thị đối với mỗi bộ.

Phật giáo sau khi phân thành các bộ phái, mỗi bộ hầu như đều có riêng một hệ thống Thánh điển. Điều có thể nói hầu như khẳng định rằng tất cả các hệ Thánh điển này đều là phiên bản của một hệ Thánh điển nguyên thủy, mà các bộ cùng ghi nhận như nhau, được kết tập lần đầu tiên tại thành Vương Xá bởi năm trăm Đại A-la-hán. Đây được cho là hệ chính thống. Nhưng vẫn có nhiều dấu hiệu cho thấy một số ý kiến không nhất định thừa nhận toàn bộ Phật ngôn được kết tập bởi Đại hội này là hoàn toàn trung thực. Ý kiến tương phản giữa Đại Ca-diếp và Phú-lâu-na sau kết quả được công bố, như được ghi chép trong luật *Tứ phần*[1], cũng như trong *Tiểu phẩm* Luật tạng Pāli[2], chứng tỏ điều này. Dầu sao, ý nghĩa chính thống cần được trọng thị, vì sự hòa hiệp của Tăng đoàn sau khi đức Phật tịch diệt.

Hình thức Đại hội, cũng như nội dung kết tập, theo ghi chép trong các tài liệu Hán tạng và Pāli hiện có, trên đại thể đều nhất trí. Chính do điều này mà có thể tin tưởng rằng Thánh điển truyền thừa riêng biệt của các bộ phái xuất xứ từ một hệ nguyên thủy và được thừa nhận bởi đại đa số là chính thống. Tất nhiên một số khác biệt phải có, theo cách nhìn của mỗi bộ phái. Điểm khác biệt quan trọng cần nói ở đây, trước hết, là thứ tự các kinh.

Một cách tổng quát, có hai loại thứ tự được ghi nhận:

(1) *Trường, Trung, Tạp, Tăng nhất*: thứ tự này được ghi chép trong Luật tạng của các bộ *Ngũ phần* (Hóa địa bộ), *Ma-ha-tăng-kỳ* (Đại chúng bộ), *Tứ phần* (Đàm-vô-đức), và Pāli.

(2) *Tạp (Tương ưng), Trung, Trường, Tăng nhất*: thứ tự ghi bởi *Tì-nại-da tạp sự* của Căn bản thuyết nhất thiết

---

[1] *Tứ phần luật*, quyển 54, T22 tr. 968c.
[2] *Cūḷavagga, Pañcasaikakkhandhaṃ*, Vin. ii. 289.

hữu bộ.[3]

Trung gian còn có những thay đổi.[4]

Thứ tự nêu trên, luật *Tứ phần*, thuộc Pháp tạng bộ (*Dharmagupta*), chép như sau: "Tập hợp các kinh dài thành *Trường A-hàm*. Tất cả các kinh vừa, thành *Trung A-hàm*. Từ một sự đến mười sự. Từ mười sự đến mười một sự, thành *Tăng nhất A-hàm*. Tập hợp các kinh liên hệ Tỳ-kheo, Tỳ-kheo-ni, Ưu-bà-tắc, Ưu-bà-di, chư Thiên, Đế Thích, Ma, Phạm vương, thành *Tạp A-hàm*. Như thị kinh, Sanh kinh, Bản kinh, Thiện nhân duyên kinh, Phương đẳng kinh, Vị tằng hữu kinh, Thí dụ kinh, Ưu-bà-đề-xá kinh, Cú nghĩa kinh, Ba-la-diên kinh, Tạp nan kinh, Thánh kệ kinh; những kinh như vậy tập hợp thành Tạp tạng."[5]

---

[3] Ấn Thuận, *Nguyên thủy Phật giáo Thánh điển chi tập thành*, 1993; tr. 486-7: Mô hình căn bản, (1) Đại chúng bộ: Trường, Trung, Tạp (Tương ưng), Tăng nhất (Tăng chi); (2) Thuyết nhất thiết hữu bộ: Tương ưng, Trung, Trường, Tăng nhất. Về sau, mô hình có biến chuyển: (1) Căn bản Thuyết nhất thiết hữu bộ: Tạp, Trường, Trung, Tăng nhất; (2) Đại chúng bộ mạt phái: Tăng nhất, Trung, Trường, Tạp.

[4] Theo Lâm Sùng An, từ 2 loại hình căn bản, trung gian biến chuyển thành 8 loại. Xem Lâm Sùng An, *Phật học luận văn tuyển tập*, tr. 53-72: "Nghiên cứu về sự tập thành của kinh điển A-hàm và nguyên lưu của kinh điển Đại thừa", 2008.

[5] *Tứ phần luật* quyển 54, T22 tr. 968b.

Thứ tự bộ loại này hoàn toàn phù hợp với *Pāli*, gồm năm tạng *A-hàm* tương đương năm bộ *Nikāya* .

Luật *Ngũ phần*[6], thuộc Hóa địa bộ (*Mahīśasāka*), ghi nhận thứ tự cũng tương tự, gồm năm tạng *A-hàm*, nhưng trong đó có chi tiết không nhất trí, chỉ về hình thức kết tập. Đại Ca-diếp hỏi A-nan câu hỏi đầu tiên: Phật thuyết kinh *Tăng nhất* ở đâu? Kinh *Tăng thập* ở đâu? Tiếp đến, kinh *Đại nhân duyên*, *Tăng-kỳ-đà*, *Sa-môn quả*... Do chi tiết này mà nghi vấn được đặt thành, phải chăng theo đây *Tăng nhất A-hàm* được kết tập trước tiên, rồi mới đến *Trường A-hàm*. Sự đảo lộn thứ tự như vậy tất do phát triển về sau.[7] Nhưng nghi vấn này không hoàn toàn chính xác. Vì tăng nhất đến tăng thập ở đây đều thuộc trong *Trường A-hàm*, mà bản Hán dịch hiện tại vẫn còn thấy.

Pháp tạng và Hóa địa đều là những bộ phân nhánh từ Thượng tọa bộ (*Sthāvira*) nên hệ thống Thánh điển truyền thừa có thể gần nhất trí.

Thế nhưng, thứ tự được ghi nhận trong phẩm Tựa của *Tăng nhất A-hàm* Hán dịch này đặt *Tăng nhất* lên hàng đầu, và cũng được cho là trọng yếu nhất trong các bộ Thánh điển. Theo ý kiến phần đông các nhà nghiên cứu, *Tăng nhất A-hàm* Hán dịch thuộc Đại chúng bộ (*Mahāsaṅghika*).[8]

---

[6] *Ngũ phần luật* quyển 30, T 22 tr. 191a15.

[7] Lâm Sùng An, sách dẫn trên.

[8] Lữ Trừng, *Ấn độ Phật học nguyên lưu lược giảng*, Lữ Trừng Phật học luận trước tuyển tập, tập iv, tr. 2018.

Nhưng thứ tự được ghi trong luật *Tăng-kỳ*[9] thì không như vậy. Thứ tự theo đó vẫn là *Trường, Trung, Tạp, Tăng nhất* và *Tạp tạng* là cuối cùng. Do sự không nhất trí như vậy, cho nên quan điểm được bổ túc là cho rằng đây thuộc Đại chúng bộ hậu kỳ.[10]

Nói rằng *Tăng nhất A-hàm* Hán dịch thuộc Đại chúng bộ, điều này cũng có cơ sở. *Tăng nhất*, phẩm 33 kinh số 2, truyện kể Tôn giả Thi-bà-la được gia chủ cúng dường "trăm nghìn lượng vàng" nhưng không nhận, nói rằng "Như Lai lại không cho phép Tỳ-kheo nhận trăm ngàn lượng vàng." Vị gia chủ đến bạch Phật, thỉnh nguyện cho Thi-bà-la nhận, để ông được phước. Phật cho gọi Thi-bà-la đến, bảo rằng "Nay ngươi hãy nhận trăm ngàn lượng vàng của gia chủ này, để ông ấy được phước này. Đây là nghiệp duyên kiếp trước, nên hưởng báo này." Thi-bà-la, đồng nhất với Pāli, được Phật xác nhận là vị Thanh văn có nhiều lợi dưỡng nhất, nghĩa là giàu nhất, nhưng không nơi nào, kể cả trong các kinh Hán dịch khác, nói Phật cho phép Thi-bà-la nhận vàng cúng dường bởi thí chủ. Điều này rõ ràng các vị Đại chúng bộ muốn hợp pháp hóa chủ trương Tỳ-kheo được phép nhận tiền, yếu tố dẫn đến đại

---

[9] *Ma-ha-tăng-kỳ luật* quyển 32, T22 tr. 491c16. Đoạn sau, op.cit, tr. 492c18, kể theo thứ tự ngược: "Từ Tôn giả Đạo Lực, nghe *Tì-ni, A-tì-đàm, Tạp A-hàm, Tăng nhất A-hàm, Trung A-hàm, Trường A-hàm.*

[10] Ấn Thuận, *Nguyên thủy Phật giáo Thánh điển chi tập thành*, 1993, tr. 755.

hội kết tập lần thứ hai tại Tì-da-ly như được biết. Việc quy định Tỳ-kheo không được phép cầm nắm và cất giữ vàng bạc, tiền, thuộc điều khoản ni-tát-kỳ ba-dật-đề mà tất cả các luật bộ của các bộ phái trong cả ba hệ ngôn ngữ hiện còn: Pāli, Hán và Tây Tạng, đều hoàn toàn nhất trí. Nguyên văn Hán dịch điều khoản này hoàn toàn phù hợp với văn Pāli, nhưng nguyên văn Phạn bản hiện được phát hiện và ấn hành bởi Pachow & Ramakanta[11] không còn hoàn toàn như trước.[12] Rõ ràng có sự thay đổi, có thể sớm nhất là sau đại hội kết tập Tì-da-li. Những thay đổi này thật sự quan trọng; nó cho thấy lịch sử phát triển chế độ Tăng-già từ nguyên thủy trải qua các giai đoạn biến đổi kinh tế - chính trị - xã hội, nơi mà các Tỳ-kheo sống và hành đạo.

2. Ý nghĩa *Tăng nhất*

Việc đưa *Tăng nhất* lên hàng đầu trong thứ tự liệt kê, không nên xem đây là sự ngẫu nhiên, hay chỉ là vấn đề

---

[11] *Pratimokṣasūtra of Mahāsaṅghikas*; ed. W. Pachow & Ramakanta Mishra, 1956.

[12] So sánh, văn Pāli (Vin. iii. tr. 237): *yo pana bhikkhu jātarūparajataṃ uggaṇheyya vā uggaṇhāpeyya vā upanikkhittaṃ vā sādiyeyya, nissaggiyaṃ pācittiyan'ti.* Hán, T22 tr. 551c10: 若比丘。自手捉生色似色。若使人捉。舉染著者。尼薩耆波夜提。Skt.: 20. *yo punabhikṣur anekavidhaṃ jātarūparajatavikṛtivyavahāraṃ samāpadyeya niḥsargika pācattikam||*

thuận tiện hoặc tiện lợi trong khi tường thuật. Nó cho thấy mối quan hệ giữa Tăng đoàn hoằng pháp với quảng đại quần chúng, và đây cũng là điểm trọng yếu trong sự phát triển của Đại thừa. Cho nên, thứ tự mà *Đại trí độ* tường thuật cũng là vấn đề đáng lưu ý.[13] Tuy có ý kiến cho rằng tác giả của *Đại trí độ* không phải là Long Thọ của *Trung luận*,[14] điều chắc chắn không thể phủ nhận đây là tác phẩm lớn của Đại thừa. *Đại trí độ* chấp nhận thứ tự các *A-hàm* như thế, điều này muốn nói rằng Thánh điển nguyên thủy mà các nhà Đại thừa trong truyền thừa của luận *Đại trí độ* là các *A-hàm* của Đại chúng bộ, hay rõ hơn, Đại chúng bộ hậu kỳ. Thế nhưng, không phải tất cả Đại thừa đều tụng *A-hàm* của Đại chúng bộ như là Thánh điển chính thống. *Luận Du-già sư địa*, phái Du-già hành (*Yogācāra*) truyền thừa bởi Vô Trước, đưa *Tạp A-hàm* lên hàng đầu và xem như bộ phận nền tảng của toàn bộ Phật ngôn. Các điểm giáo nghĩa của *Tạp A-hàm* được luận giải trong *Du-già sư địa* chứng tỏ phần *A-hàm* này được kết tập bởi các nhà Hữu bộ (*sarvāstivādin*).[15] Vậy, chỉ một bộ

---

[13] *Đại trí độ*, quyển 3, T25 tr. 69c4: 大迦葉語阿難：從轉法輪經至大般涅槃，集作四阿含：增一阿含，中阿含，長阿含，相應阿含。是名修妬路法藏。

[14] Etienne Lamotte, *Le Traité de la Grande Vertue de Sagesse*, Tome iii, "Introduction." Bác bỏ ý kiến của Lamotte, xem: K. Venkata Ramanan, *Nāgārjuna's Phylosophy*, 2002; "Introduction".

[15] Lữ Trừng, *Tạp A-hàm kinh san định ký*. Lữ Trừng Phật học luận trước tuyển tập i.

phận của Đại chúng bộ về sau phát triển thành Đại thừa, hay được chấp nhận bởi các nhà Đại thừa. Nhiều chi tiết trong *Tăng nhất* này cung cấp một số dữ kiện để lý giải ý nghĩa lịch sử này.

Thứ nhất, về yếu tố vừa mang tính hệ thống, vừa hàm tàng nghĩa lịch sử.

Trước khi nhập Niết-bàn, Đức Phật đã nêu bốn nguyên lý, gọi là bốn "đại giáo pháp".[16] Về sau, khi các bộ phái xuất hiện, tranh luận về giáo nghĩa, vẫn dẫn bốn nguyên lý này để chứng minh quan điểm chính thống của mình, nhắm loại bỏ những kinh nào mà bộ phái mình không tụng đọc.[17] Hóa ra, trong lịch sử phát triển giáo nghĩa, chưa một vị đại luận sư nào được tuyệt đối thừa nhận là đã vượt ra ngoài ảnh hưởng truyền thống và thời đại của mình để thông đạt Phật ngôn một cách như thực.

---

[16] *Trường A-hàm,* kinh số 2 "Du hành" (phần ii): bốn đại giáo pháp 四大教法; bốn quyết định thuyết 四決定說. Pl.: *cattāro mahāpadesā.* Bốn nhân do phổ biến trong đó xác định giáo pháp được thiết lập không nghi hoặc. Thk. *Śikṣasamuccaya,* 63: *kālopadeśamahāpradeśānapahāya;* Hán dịch, *Tập Bồ-tát học luận 5* (T 1636) 不依時說及廣大說 bất y thời thuyết cập quảng đại thuyết.

[17] Có thể thấy điều này xảy ra rất nhiều nơi trong *Thuận chính lý,* khi một số kinh mà Hữu bộ dẫn chứng không được thừa nhận bởi Thế Thân, hay các bộ khác như Kinh bộ, Thí dụ bộ...

Cho nên, yêu cầu một hệ thống hoàn chỉnh cho toàn bộ Phật ngôn thật vô cùng quan trọng. Cũng như không cần phải uống cạn hết nước trong mọi con sông mới có thể biết được vị của của nó. Tính hệ thống đối với toàn bộ Phật ngôn cũng vậy.

Nói tính hệ thống, tức là nhu cầu tập hợp tất cả Phật ngôn thành một hệ thống mạch lạc, hoàn chỉnh; trong đó các bộ phận giáo nghĩa quan hệ với nhau một cách nhất quán, nhờ vậy mà có thể có nhận thức căn bản và phổ quát về giáo nghĩa, mà cũng nhờ vậy mà có thể ghi nhớ và truyền tụng. Đây không đơn giản chỉ là vấn đề nghe học, ghi nhớ và thấu hiểu Phật ngôn, mà còn là vấn đề duy trì tính thống nhất và chính thống của giáo nghĩa. Hai yêu cầu căn bản này tuy đã được đề cập nhiều lần bởi chính đức Phật, cũng như các đại đệ tử trong thời Phật tại thế, nhưng không được duy trì nguyên vẹn trong dòng lịch sử, bởi áp lực thời đại và địa lý.

Trong 45 năm liên tục thuyết pháp, cho đủ mọi thành phần xã hội, những đề tài được nhắc đến trong Phật ngôn thật vô cùng đa dạng, vượt ngoài khả năng tư duy của một con người, bình thường và trên bình thường – có lẽ chỉ trừ rất ít bậc đại trí. Vậy, làm thế nào trong khi chỉ học một vài đề tài rồi từ đó đi sâu vào Phật ngôn để nhận thức được tinh túy giáo nghĩa? Đây là yêu cầu tính hệ thống trong sự học hỏi và tu tập theo giáo nghĩa.

"Một thời, Đức Phật đến nước Xá-vệ, trong rừng Thắng Lâm, vườn Cấp-cô-độc.

"Bấy giờ Tôn giả A-nan vào lúc xế, rời chỗ ngồi tĩnh tọa đứng dậy, dẫn các tỳ-kheo niên thiếu đi đến chỗ Phật, cúi lạy dưới chân Phật rồi ngồi qua một bên. Các tỳ-kheo niên thiếu cũng cúi lạy chân Phật, rồi ngồi qua một bên.

"Tôn giả A-nan bạch rằng:

"Bạch Đức Thế Tôn, với các tỳ-kheo niên thiếu này, con phải răn bảo như thế nào? Dạy dỗ như thế nào? Thuyết pháp cho họ nghe như thế nào?"

"Đức Thế Tôn bảo rằng:

"Này A-nan, ông hãy nói về xứ và dạy về xứ cho các tỳ-kheo niên thiếu. Nếu ông nói về xứ và dạy về xứ cho các tỳ-kheo niên thiếu, họ sẽ được an ổn, được sức lực, được an lạc, thân tâm không phiền nhiệt, trọn đời tu hành phạm hạnh."[18]

Trước hết nói về xứ (*āyatana*), kế đến nói về uẩn (*skandha*) và sau đó là giới (*dhātu*). Ba bộ phận chính được nói là bao hàm toàn bộ giáo nghĩa. Mỗi bộ phận chứa đựng những yếu tố cơ bản tác thành thân, tâm và thế giới. Quan hệ tác động giữa các yếu tố này dựng thành ý nghĩa tồn tại của tất cả hữu tình, trong đó soi rõ bản chất của tồn tại, đâu là giới hạn của đau khổ, đâu là giới hạn của hạnh phúc, đâu là biên tế tận cùng của thế giới, của nhân sinh. Một hệ thống hoàn chỉnh cho phép người học tự mình khám phá, từng bước một, trải qua từng giai

---

[18] *Trung A-hàm*, kinh số 86 "Thuyết xứ", Việt dịch Tuệ Sỹ, Hương Tích ấn hành, tái bản 2019.

đoạn, từ thấp lên cao, từ cạn đến sâu. Nhanh hay chậm, tùy theo căn khí của mỗi hạng người.

A-nan thuộc hàng đệ tử đa văn, là vị đa văn đệ nhất, với khả năng ghi nhớ Phật ngôn vô cùng rộng rãi. Trong kho tàng Phật ngôn bao la ấy, làm thế nào để hướng dẫn hàng hậu bối, các tỳ-kheo trẻ, học và hiểu; khi mà khả năng nhận thức hạn chế. Bắt đầu từ đâu, và tiến hành như thế nào; đây là suy nghĩ của A-nan, và trình mối ưu tư ấy lên Phật. Đức Phật chỉ dẫn A-nan lập thành một hệ thống bao hàm của Phật ngôn với ba bộ phận uẩn-xứ-giới ấy.

Các bộ phái phát triển về sau tiếp tục xây dựng giáo nghĩa cho bộ phái của mình cũng đều y trên ba bộ phận ấy. Cho đến các nhà Du-già hành (*yogācārin*) về sau cũng vậy. So sánh hệ thống giáo nghĩa được phô diễn trong *Đại tì-bà-sa* và *Du-già sư địa luận* sẽ thấy rõ điều này. Đấy có thể nói là hai bộ bách khoa toàn thư của hai trường phái Phật giáo khác nhau, trong đó mỗi bên nỗ lực y trên Phật ngôn để khám phá toàn bộ bản chất và ý nghĩa tồn tại của nhân sinh và thế giới. Cơ sở hệ thống cũng đều là uẩn-xứ-giới.

Hiển nhiên, do tính thống nhất giáo nghĩa như vậy mà *Du-già sư-địa* luận đưa *Tạp A-hàm* (Tương ưng A-cấp-ma) lên hàng đầu trong bốn *A-hàm*.[19]

Ưu điểm của cơ sở hệ thống này là có thể y trên đó mà dẫn chứng Phật ngôn để đề cập tất cả mọi vấn đề về vũ trụ và nhân sinh, cho đến bất cứ vấn đề gì mà con người

---

[19] *Du-già sư địa*, quyển 85; T30 tr. 772b.

có thể nghĩ ra, có thể tư duy đến, trong một hệ thống nhất quán. Nhưng nó hạn chế cho một tầng lớp có căn khí nhất định. Nó duy trì tính thống nhất của Phật ngôn, nhưng thiếu khả năng phổ cập Phật ngôn trong mọi lớp xã hội. Do vậy, cần có một phương pháp khác để hệ thống hóa Phật ngôn. Đó là phương pháp *Tăng nhất*.

Lời A-nan được ghi trong phẩm Tựa của *Tăng nhất A-hàm* nói: *"Kinh vô lượng, làm sao tập đủ thành một tụ?"* Phật ngôn bao la không dễ gì tập hợp thành một tụ, do vậy phân loại thành nhiều bộ, đứng đầu là *Tăng nhất*. A-nan nói tiếp: *"Pháp thân Như Lai không diệt mất, còn mãi thế gian không đoạn tuyệt. Trời, người được nghe, thành đạo quả. Hoặc có Một pháp mà nghĩa sâu; khó trì, khó tụng, không thể nhớ; nay tôi kết tập nghĩa Một pháp. Một, một, nối nhau, không mất mối. Cũng có Hai pháp, tập thành Hai."*

Tăng nhất, phân loại giáo nghĩa theo số. Mỗi đề tài giáo nghĩa Phật dạy thường bao hàm từ một đến nhiều yếu tố. Y theo thứ tự tăng nhất mà tập thành toàn bộ Phật ngôn. Đây là phương pháp hữu hiệu để học, và ghi nhớ Phật ngôn; và cũng là phương pháp hữu hiệu nhất để phổ biến Phật ngôn. Vì bất cứ ai cũng có thể học và nhớ, tùy theo khả năng, từ một đến nhiều đề tài giáo nghĩa, cho đến vô lượng giáo nghĩa; lần lượt từ ít đến nhiều. Tất nhiên, rồi cũng từ đó mà đi lần từ cạn đến sâu. Cũng có thể nói đây là phương pháp được áp dụng ngay trong thời đức Phật tại thế. Kinh "Chúng tập" và "Thập thượng" trong *Trường A-hàm* cho thấy rõ sự kiện này:

"Một thời, Phật du hành ở Mạt-la cùng với một nghìn hai trăm năm mươi tỳ-kheo, rồi đi dần đến thành Ba-bà, vườn Am-bà của Xà-đầu.

"Bấy giờ, vào ngày mười lăm lúc trăng tròn, Thế Tôn ngồi ở giữa khoảng đất trống với các Tỳ-kheo vây quanh trước sau. Thế Tôn đêm ấy sau khi đã thuyết pháp nhiều, bèn nói với Xá-lợi-phất:

"Các tỳ-kheo bốn phương tụ tập về, thảy đều siêng năng, dẹp bỏ ngủ nghỉ. Nhưng Ta đau lưng, muốn nghỉ một chút. Ngươi nay hãy thuyết pháp cho các Tỳ-kheo.

"Xá-lợi-phất đáp:

"Kính vâng. Con sẽ làm theo Thánh giáo.

"Thế Tôn trải tăng-già-lê bốn lớp rồi nằm nghiêng phía hữu như con sư tử, hai chân chồng lên nhau.

"Khi ấy Xá-lợi-phất nói với các Tỳ-kheo:

"Nay trong thành Ba-bà này có Ni-kiền Tử mạng chung chưa bao lâu, nhưng các đệ tử chia ra làm hai bộ, luôn luôn tranh chấp nhau, tìm sở trường và sở đoản của nhau, mắng nhiếc nhau, thị phi với nhau rằng: 'Ta biết pháp này. Ngươi không biết pháp này. Ngươi theo tà kiến. Ta theo chính kiến. Ngươi nói năng hỗn loạn, chẳng có trước sau, tự cho điều mình nói là chân chính. Lập ngôn của ta thắng. Lập ngôn của ngươi bại. Nay ta làm chủ cuộc đàm luận, ngươi có điều muốn hỏi thì đến hỏi ta.'

"Này các Tỳ-kheo, lúc bấy giờ nhân dân trong nước những ai theo Ni-kiền Tử đều chán ghét những tiếng cãi vả của bọn này. Đó là vì pháp ấy không chân chính. Pháp không chân chính thì không có con đường xuất ly. Ví như ngôi tháp đã đổ thì không còn tô trét gì được nữa. Đó không phải là điều mà đấng Chính Giác đã dạy.

"Các Tỳ-kheo, duy chỉ Pháp vô thượng tôn của đức Thích-ca ta là chân chính, mới có thể có con đường xuất ly. Cũng như ngôi tháp mới thì có thể được dễ dàng trang hoàng. Vì đó là điều mà đấng Chính Giác giảng dạy.

"Các Tỳ-kheo, hôm nay chúng ta cần phải kết tập pháp luật để ngăn ngừa sự tranh cãi, khiến cho phạm hạnh tồn tại lâu dài, làm lợi ích cho số đông, cho chư thiên và nhân loại được an lạc.

"Như Lai nói một Chính pháp: Hết thảy chúng sinh đều y thức ăn mà tồn tại.

"Như Lai lại nói một Chính pháp: tất cả chúng sinh đều y các hành mà tồn tại....

... Hai pháp, *cho đến* mười pháp."[20]

Nhiệm vụ kết tập bằng phương pháp tăng nhất như vậy có hai nhiệm vụ: duy trì tính thống nhất, và tính chính thống của Phật ngôn và giáo nghĩa. Hai ý nghĩa này tồn tại trong suốt mọi quá trình phát triển tư tưởng Phật, trong mọi bộ phái. Như Phật nói hai pháp "danh và sắc", chưa có trường hay bộ phái nào thêm pháp thứ ba. Phật nói có ba

---

[20] *Trường A-hàm*, kinh số 9 "Chúng tập", Việt dịch, Tuệ Sỹ, Hương Tích tái bản 2021.

bất thiện căn, chưa có đâu thêm cái thứ tư. Phật nói bốn Thánh đế, chưa đâu thêm Thánh đế thứ năm. Cho đến Như Lai có mười lực, chưa có bộ phái nào bớt đi một, thậm chí cũng không đâu thêm lực thứ mười một.

Ưu điểm về tính thống nhất và chính thống của phương pháp tăng nhất thì như đã được chứng minh trong lịch sử. Ưu điểm còn đáng nêu nữa, là tính phổ biến quần chúng, dễ học và dễ nhớ; thậm chí cho trẻ con cũng có thể học và nhớ Phật ngôn, ít nhiều tùy theo năm tháng tích lũy.

Luật *Ma-ha-tăng kỳ* đề cập đến việc kiểm tra tư cách sa-di bằng 10 pháp.[21] Xuất xứ của mười pháp này được thấy trong *Tăng nhất*, kinh số 8, phẩm 46.

Ở đây, một số các Tỳ-kheo thỉnh giáo Phật về việc những người ngoại đạo dị học tuyên bố: "Sa-môn Cù-đàm của các ông dạy các đệ tử bằng diệu pháp này, rằng: 'Này các Tỳ-kheo, hãy thấu suốt hết thảy các pháp, và hãy tự mình an trú.' Phải vậy chăng? Chúng tôi cũng dạy các đệ tử diệu pháp này để tự an trú. Những điều tôi nói có gì khác với các ông, có gì sai biệt? Thuyết pháp, giáo giới cũng như nhau, không có gì khác."

Đức Phật dạy các Tỳ-kheo:

"Sau khi các ngoại đạo dị học kia hỏi nghĩa này, các ngươi hãy trả lời bằng những lời này: 'Luận một điều, nghĩa một điều, diễn một điều; *cho đến* luận mười, nghĩa mười, diễn mười'. Khi nói lời này có ý nghĩa gì, các ngươi

---

[21] *Ma-ha-tăng-kỳ luật*, quyển 23, T22 tr. 417a.

mang lời này đến hỏi, những người kia sẽ không thể trả lời. Các ngoại đạo do thế càng tăng thêm ngu hoặc."

Tiếp theo đó, đức Phật chỉ rõ, pháp từ số một đến số mười ấy là gì. Một pháp: tất cả chúng sinh tồn tại do thức ăn. Hai pháp: danh và sắc. Ba pháp... *cho đến* mười pháp: mười niệm.

Chúng ta hiểu rằng phương pháp giới thiệu giáo nghĩa theo một hệ thống tuần tự mạch lạc như vậy là điểm đặc sắc của pháp. Các chú tiểu sa-di có thể học và nhớ, rồi tri kiến từ thấp lên cao sẽ do thời gian trưởng thành.

Trong truyền thống Pāli, mười pháp như vậy cũng được kể là Phật pháp căn bản cho thiếu nhi, gọi là *Kumārapañhā*, "Những câu hỏi của thiếu nhi", đề mục thứ 4 trong 9 đề mục của *Khuddakapaṭhāpāḷi*, thuộc Tiểu bộ *Khuddaka-nikāya*. Trong truyền thống Trung Hoa, mười pháp này được đưa vào nghi thức truyền giới sa-di cho các thiếu niên chưa đủ 20 tuổi.[22]

Nói tóm lại, hệ thống tăng nhất ngoài tính thống nhất của nó còn là phương tiện hữu hiệu để phổ biến Phật pháp đến mọi thành phần khác nhau trong xã hội. Đây là luận điểm cơ bản để chúng ta suy nghĩ về những nguyên nhân nào khiến *Tăng nhất A-hàm* trong lịch sử truyền thừa dần dần mang xu hướng Đại thừa.

---

[22] *Sa-di oai nghi*, Tống Cầu-na-bạt-ma dịch, T24 tr. 935a; Đạo Tuyên, *Tùy cơ yết-ma*, T40 tr. 496c.

3. Yếu tố Đại thừa

Yếu tố Đại thừa trong *Tăng nhất* là hiển nhiên ngay trong phẩm Tựa. Tưởng cũng nên ghi nhận quan điểm cho rằng *Tăng nhất A-hàm* Hán dịch thuộc Thánh điển của Đại chúng bộ hậu kỳ hay mạt kỳ. Chúng ta sẽ cần thêm một số dữ liệu để hiểu rõ hơn vấn đề này. Trước hết, để hiểu rõ hơn vấn đề tiền kỳ và hậu kỳ của Đại chúng bộ liên hệ đến sự soạn tập và truyền thừa *Tăng nhất*, chúng ta đọc lại luật *Ma-ha-tăng kỳ* nói về đại hội này.

Về điểm chung, cũng như các bộ khác, thành phần tham dự đều là A-la-hán. Vì vậy, A-nan chỉ được chấp nhận sau khi được xác nhận đã chứng quả A-la-hán. Một điểm quan trọng trong thể thức kết tập mà hầu hết các bộ đều đề cập, đó là thủ tục yết-ma (*karmavācanā/ kammavācā*). Sau mỗi kinh, Ca-diếp với tư cách chủ tọa hỏi ý kiến đại hội, ai đồng ý thì im lặng, ai không đồng ý thì lên tiếng. *Luật Ma-ha-tăng-kỳ* không tường thuật chi tiết thể thức đại hội biểu quyết này, nhưng có tường thuật việc A-nan yêu cầu các trưởng lão sử dụng quyền phủ quyết của mình, gọi là "già yết-ma", để phủ nhận những gì A-nan thuyết trình mà không được tin tưởng. Theo quy tắc yết-ma, trong tất cả luật, của Đại chúng bộ cũng như các bộ khác, những ai không đủ tư cách thành viên không được phép dự nghe các phát biểu trong đại hội, dù là chư thiên. Sở dĩ ở đây nêu lại vấn đề này, vì phẩm Tựa *Tăng nhất* liệt kê thành phần tham dự ngoài các trưởng lão A-la-hán còn có chư thiên, Đế Thích, Phạm thiên; ngoài ra còn nói là hội đủ bốn chúng. Theo quy định của Luật, nhất trí trong các bộ, khi Tăng cử hành yết-ma, những ai không thọ cụ túc phải đi ra ngoài phạm vi có thể nghe. Cho chư thiên tham dự hội nghị của các trưởng lão A-la-hán là điều không được chấp nhận. Vậy, đây là yếu tố bình dân được đưa vào Kinh. Nó cho thấy mức độ phổ biến rộng rãi của *Tăng nhất* đến quảng đại quần chúng. Và đây cũng là yếu tố phát triển thành "phong trào Đại thừa" trong chúng đệ tử Phật.

Vì tường thuật của phẩm Tựa về đại hội kết tập không nhất trí với luật *Ma-ha-tăng-kỳ*, vốn được xem Thánh điển chính thống của Đại chúng bộ, nên thoạt tiên, *Tăng nhất* Hán dịch không được xác nhận là Thánh điển riêng biệt của bộ phái này. Nhưng do yếu tố Đại thừa trong đó, mà phần lớn quan điểm cho rằng Đại thừa là sự phát triển cao của Đại chúng bộ, nên dẫn đến ý kiến cho rằng Kinh thuộc Đại chúng bộ hậu kỳ.

Nói tiền kỳ hay hậu kỳ, thật chưa có dữ kiện xác đáng nào để phân định, ngay sau đại hội Tỳ-da-ly, hay do sự kiện gọi là "Đại Thiên ngũ sự". Điểm đặc biệt được nói nhiều về Đại chúng bộ, là bộ này hạ thấp giá trị A-la-hán. Không phải hạ thấp lý tưởng, nghĩa là tu tập không nhắm chỉ đạt đến quả A-la-hán, mà là cứu cánh thành Phật. Lý tưởng như vậy không có gì đáng nói, vì không hề xúc phạm phẩm chất của A-la-hán. Căn khí của mỗi đệ tử cao thấp không giống nhau, thì thành tựu cứu cánh cũng sai biệt, đó là điều tất nhiên. Nhưng, như truyền thuyết nói, kể từ một tỳ-kheo nào đó tên là Đại Thiên (*Māhadeva*) xuất hiện, nêu năm luận điểm, triệt hạ phẩm cách của A-la-hán, và từ đó giáo đoàn phân hai: Đại chúng và Thượng tọa.

Chính xác mà nói, ngay trong Đại thừa, phát triển sau cùng là Du-già hành tông, phẩm cách A-la-hán vẫn được tôn kính như nguyên thủy. Luận *Duy thức tam thập tụng* của Thế Thân mô tả sự cứu cánh thành Phật: "An lạc, Giải thoát thân, Đại Mâu-ni, danh Pháp." Đó là những từ mô tả các phẩm tính thành tựu khi thành Phật. Trong đó, nói "Giải thoát", được giải thích rằng "Do đoạn trừ phiền não chướng, các Thanh văn có Giải thoát thân."[23] Vậy thì, A-la-hán có dự phần trong thành tựu cứu cánh của Phật.

Trong *Tăng nhất*, phẩm cách A-la-hán vẫn được tôn trọng. Ngay cả trong luật *Ma-ha-tăng-kỳ*, Thánh điển hầu như duy nhất của Đại chúng bộ còn lại, không hề có thái độ miệt thị phẩm cách A-la-hán. Vậy, cần phân biệt ý nghĩa hạ thấp lý tưởng và hạ thấp phẩm cách.

Nói rằng *Tăng nhất* này hàm chứa các yếu tố mầm mống của Đại thừa, điều này được thấy hiển nhiên. Các yếu tố này có thể phân thành hai nhóm, một mang tính xã hội, và nhóm kia hàm chứa giáo nghĩa. Trong hai nhóm này, yếu tố xã hội nổi bật nhất. Nói yếu tố xã hội ở đây không hoàn toàn chỉ ra rằng trong đó liên hệ đến các vấn đề tồn tại của xã hội, như xung đột giai cấp, cạnh tranh sinh tồn, kinh tế, chính trị, an ninh, vân vân. Những vấn đề liên hệ đến bản chất và tồn tại xã hội như vầy được đề cập trong *Tăng nhất* này không nhiều bằng trong *Trường*

---

[23] Giải thích bởi *Sthiramati, kleśāvaraṇaprahāṇāt śrāvakāṃ vimuktikāya*. Xem *Thành duy thức*, Tuệ Sỹ, Hương tích ấn hành 2009; tr. 752.

A-hàm Hán dịch, và *Trường bộ kinh* Pāli. Yếu tố xã hội trong *Tăng nhất* là sự hiện diện của quần chúng bình dân.

Thật ra, thành phần nghe pháp trong *Tăng nhất* đại bộ phận vẫn là Tỳ-kheo, như trong các *A-hàm* khác. Nhưng cách diễn giải pháp không mang tính kinh viện, mà được hạ thấp xuống ngang mức thông tục. Do tính cánh diễn pháp này mà nói đến sự hiện diện của quần chúng bình dân.

Thí dụ điển hình ở đây có thể dẫn đoạn kinh nói về ý nghĩa sâu xa của pháp duyên khởi. Đoạn kinh này khá quan trọng, được kết tập trong cả *Trường* và *Trung A-hàm* Hán dịch. Kinh mở đầu bằng ý nghĩ của A-nan về duyên khởi 12 chi: "Kỳ diệu thay! Hy hữu thay! Ánh sáng của mười hai duyên khởi mà đức Thế Tôn đã dạy thật là sâu xa, khó hiểu! Nhưng theo ý ta quán xét thì như thấy ở trước mắt, có gì mà gọi là sâu xa?" Đức Phật bảo A-nan biết, không phải như thế: "Thôi, thôi, A-nan! Chớ nói như vậy. Ánh sáng của mười hai duyên khởi rất sâu xa, khó hiểu. Mười hai duyên khởi này khó thấy, khó biết. Chư Thiên, Ma, Phạm, Sa-môn, Bà-la-môn, những người chưa thấy duyên, nếu muốn tư lương, quán sát, phân biệt nghĩa lý của nó, đều bị hoang mê không thể thấy nổi." Rồi đức Phật tuần tự giải thích ý nghĩa các chi, những yếu tố dẫn xuất từ các chi. Vấn đề được lưu ý trong kinh này là ý nghĩa sâu và cạn. Trong ý nghĩa sâu xa, pháp duyên khởi cũng thật sâu xa, nhưng trong nhận thức, ý nghĩa cũng rất cạn. Ý nghĩa sâu và cạn như vậy cũng không dễ giải thích.

Tăng nhất cũng kết tập kinh này. Nhưng trong đây ý nghĩa sâu cạn không được giải thích theo ý nghĩa của phạm trù kinh viện, mà được diễn giải bằng câu chuyện cổ. Phật kể chuyện xưa có vua A-tu-la muốn bốc mặt trời mặt trăng từ đáy biển lên. Ông hiện thân to lớn, bàn chân với đến đáy biển, mà mặt nước biển chỉ mới ngang hông. Con ông thấy vậy, tưởng rằng biển chỉ cạn chừng ấy, muốn lặn xuống tắm. Nhưng ông cản, vì biển sâu không thể tưởng, không thể đứng xuống được. Con ông không tin, vì thấy mặt nước chỉ ngang hông bố. Ông xách người con thả xuống biển. Cậu chới với, không biết tựa vào đâu để đứng, không dò được đáy biển sâu đến đâu.

Đây là phong cách minh họa ý nghĩa triết học rất thú vị. Hiện không có sớ giải của các bộ phái khác trong Hán tạng về đoạn kinh này để so sánh. Nhưng chúng ta có sớ giải Pāli. A-nan nói, ánh sáng duyên khởi rất sâu xa, nhưng được thấy rất hiển nhiên, phơi bày rất rõ: *gambīrāvabhāso... uttānakuttānako*, "phơi bày rõ" cũng được hiểu là "nông cạn". Sớ giải nói: một mặt, như nước đọng lâu ngày do bởi lá mục các thứ mà nó có màu đen, nên dù cạn nhưng thấy là sâu, dù chỉ ngập ngang đầu gối nhưng thấy ngập gấp trăm chiều cao một người thường. Mặt khác, nước sông Hằng trong suốt như ngọc ma-ni nên dù sâu vẫn thấy là cạn, dù gấp trăm chiều cao một người thường mà thấy như chỉ ngập ngang đầu gối.

Pháp duyên khởi vốn sâu xa, khó lãnh hội bởi người thiếu căn trí. Kinh chép, đức Phật trước khi khởi sự thuyết pháp, đã báo hiệu trước rằng pháp duyên khởi mà Ngài chứng ngộ thật khó lãnh hội đối với chúng sinh "ái a-lại-da, hân a-lại-da, hỉ a-lại-da, lạc a-lại-da này." Cho nên đến mức đa văn như A-nan mà Phật nói là vẫn chưa thấu suốt hết mức sâu hay cạn của pháp duyên khởi. *Tăng nhất* đã đề ra một lối giải thích bằng minh họa cổ tích như vậy, thì căn trí mức nào cũng hiểu được. Tất nhiên chỉ hiểu rằng sâu như thế nào mà nói là sâu không thể tưởng.

Điển hình dẫn trên chỉ muốn chứng tỏ rằng *Tăng nhất* tập hợp các kinh được thường xuyên giảng giải cho đối tượng nghe có căn khí bình thường, gồm cả tăng và tục, nghĩa là quảng đại quần chúng chứ không giới hạn. Chính vì vậy, chúng ta thấy mức độ kể chuyện trong *Tăng nhất* nhiều hơn trong các *A-hàm* khác.

Diễn giải giáo pháp bằng minh họa các câu chuyện cổ tích cũng là phương pháp phổ biến trong các bộ phái. Nhưng đại bộ phận những mẩu chuyện như vậy được kết tập thành *Tạp bộ* hay *Tạp tạng* trong các bộ khác, hay *Khuddaka-nikāya* trong Thượng tọa bộ. Phần lớn những giáo lý này chỉ liên hệ đến nhân quả, nghiệp báo, mà cứu cánh là phước báo nhân thiên. Giáo lý như uẩn, xứ, giới, duyên khởi, thánh đạo, dẫn đến cứu cánh giác ngộ, bồ-đề, được tập kết trong bốn *A-hàm* chính hay *Nikāya* tương đương.

Nói tóm lại, yếu tố xã hội hàm chứa trong *Tăng nhất* này là sự tham dự thường xuyên của tục gia đệ tử trong ý nghĩa tồn tại và phát triển của đạo Phật. Sự kết tập một số kinh điển có xu hướng Đại thừa như *Ưu-bà-tắc giới*,

Úc-già trương giả, vân vân, cho thấy nhiều cộng đồng tại gia được tập hợp thành tổ chức song song với cộng đồng xuất gia. Họ không chỉ đơn giản có nhiệm vụ bố thí và cúng dường để hỗ trợ cho cộng đồng đệ tử xuất gia, mà còn có ý nguyện hoằng pháp, cho nên vấn đề học hỏi giáo lý sâu xa cũng là ước nguyện tha thiết. *Tăng nhất* có thể là bộ phận được kết tập trong ý nghĩa này. Như phẩm Tựa cho thấy, thành phần tham dự kết tập không chỉ là các đại A-la-hán, đại diện thành phần lỗi lạc trong Tăng, mà còn có cả chư thiên, nghĩa là thành phần thế tục, và đủ cả bốn chúng đệ tử Phật.

Về nhóm thứ hai, nội dung giáo nghĩa. Như phẩm Tựa đã nói: *"Bồ-tát phát ý hướng Đại thừa, Như Lai nói riêng cho pháp này: Thế Tôn dạy sáu độ vô cực (...) Các pháp thậm thâm, luận lý Không, khó sáng, khó tỏ, không thể quán; tương lai đời sau lòng hồ nghi, đức Bồ-tát này không nên bỏ."*

Giáo pháp cho thực hành, đó là sáu ba-la-mật. Giáo nghĩa để nhận thức, đó là Lý Không, hay Tánh Không. Bộ phận này được đề nghị kết tập vào phần khác, đặc biệt dành riêng cho giáo nghĩa Đại thừa. Cho nên, *Tăng nhất* chủ yếu vẫn là giáo pháp của Thanh văn; hoặc nói cho rõ hơn, giáo pháp chung cho cả ba thừa. Phẩm Tựa nói: *"A-hàm Tăng nhất pháp cũng vậy, ba thừa giáo hóa không sai khác. Vi diệu Phật kinh rất thâm sâu, hay trừ kết sử như dòng chảy. Tuy nhiên Tăng nhất ở trên hết..."*

Giáo nghĩa căn bản chung cho cả ba Thừa như phẩm Tựa nói, đó chính là Lý Không, hay Tánh Không (*śūnyatā*). Tánh Không này gồm hai phần. Một phần là Không được chứng đắc bởi định, đó là Không tam-muội, trong ba tam-muội môn hay giải thoát môn, mà nội dung là vô ngã. Phần khác, Tánh Không đạt được bởi huệ quán chiếu, đó là Tánh Không của pháp duyên khởi, gọi là Đệ nhất nghĩa Không. Định nghĩa Không tam-muội, kinh số 6 phẩm 45 nói, "*Trong các tam-muội, Không tam-muội là tối thượng đệ nhất. Tỳ-kheo an trú Không tam-muội không chấp trước ngã, nhân, thọ mạng, cũng không thấy có chúng sinh, cũng không thấy có bản mạt của các hành.*" Giáo nghĩa Không được định nghĩa như vậy cũng là giáo nghĩa được nói trong kinh *Kim Cang*.

Về Không tức là Đệ nhất nghĩa Không, kinh số 7, phẩm 37 nói, "*Sao gọi là pháp Không tối thượng đệ nhất? Nếu khi mắt khởi thì nó khởi, nhưng không thấy từ đâu đến. Khi mắt diệt thì nó diệt, nhưng không thấy nơi nó diệt, trừ pháp giả hiệu, pháp nhân duyên. Sao gọi là giả hiệu nhân duyên? Cái này có, thì (cái kia) có; cái này sinh, thì (cái kia) sinh. Tức là, vô minh duyên hành, hành duyên thức,...*" Đây là đoạn Kinh mà cả hai hệ tư tưởng Trung luận và Duy thức đều lấy làm sở y cho luận giải về Tánh Không và Y tha duyên khởi. Đoạn Hán dịch ở đây nói "trừ pháp giả hiệu", văn Hán không rõ, không chính xác. Theo ngữ cảnh, tương đương Pāli ở đây được biết là *idapaccayatā*, y duyên tánh, hay "thử duyên tánh", trong đoạn văn: *Ālayarāmā kho panāyaṃ pajā ālayaratā ālayasammuditā. Ālayarāmāya kho pana pajāya ālayaratāya ālayasammuditāya duddasaṃ idaṃ ṭhānaṃ yadidaṃ idappaccayatāpaṭiccasamuppādo.*[24] Chúng sinh do tham ái chấp tàng nên không thể hiểu được pháp sâu xa này: y tánh duyên khởi, duyên khởi do bởi đi đến với cái đó, quan hệ với cái đó. Các nhà Du-già hành y trên lý duyên khởi này lập thuyết A-lại-da duyên khởi. Các nhà Trung luận y nơi đây để nói duyên khởi tức Không, vì không tự tánh.

Tổng quát mà nói, dù cho rằng *Tăng nhất* Hán dịch không phải là nguyên hình của Thánh điển nguyên thủy kết tập từ đại hội Vương xá, nhưng những yếu tố mầm mống phát triển của Đại thừa, về cả hai phương diện, xã hội và giáo nghĩa, thật cũng rất quan trọng, và nền tảng, để từ đó có thể tìm hiểu ý nghĩa lịch sử của sự xuất hiện Đại thừa.

Tuy nhiên, điều đáng tiếc là bản Hán dịch không hoàn hảo, nên có nhiều ẩn nghĩa rất khó phát hiện.

---

[24] S.i.136. Dẫn bởi *Nhiếp đại thừa*, T31 tr. 134a17.

II. TRUYỀN THỪA VÀ TRUYỀN DỊCH

1. Truyền thừa

Tất nhiên ngoài *Tăng nhất A-hàm* Hán dịch hiện tại được gán cho Đại chúng bộ hay chính xác là Đại chúng bộ hậu kỳ, các bộ phái khác hẳn cũng tồn tại riêng một bộ phận *Tăng nhất* của mình, như Pāli hiện tồn là phần *Tăng chi bộ - Aṅguttara-nikāya.*

Luận *Đại tì-bà-sa* nói, "Từng nghe kinh *Tăng nhất A-cấp-ma*, từ một pháp tăng cho đến trăm pháp. Nay chỉ có từ một đến mười, còn lại đã mai một. Vả lại trong số tăng từ một đến mười, phần nhiều cũng đã mai một, số còn truyền lại rất ít."[25] Điều này cho thấy Hữu bộ có riêng *Tăng nhất* nhưng phần lớn đã thất lạc.

Trong Hán tạng *Đại chánh tân tu* hiện hành còn có bản dịch của An Thế Cao, đề kinh là *Thất xứ tam quán kinh*, gồm 47 kinh. Các vị biên tập Đại chánh xếp nó vào loại các kinh dị dịch của *Tăng nhất.* Đại sư Ấn Thuận chỉnh lý nội dung các kinh này để phỏng đoán là đồng nhất với bản dịch được nhắc đến trong *Xuất tam tạng ký tập* của Tăng Hựu, "Tạp kinh 44 thiên 2 quyển" với lời chú "Ngài Đạo An nói là xuất xứ từ *Tăng nhất A-hàm* nhưng không có đề kinh, cũng chưa rõ dịch giả."[26] Trong các đối chiếu, bởi chính các vị biên tập *Đại chánh tân tu*, không có kinh

---

[25] *Tì-bà-sa quyển 16*, T27 tr. 79b8.

[26] Tăng Hựu, *Xuất tam tạng ký tập*, quyển 2, T55 tr. 6a13.

nào trong số 47 kinh này tương đương với *Tăng nhất* Hán dịch hiện tại; nhưng phần lớn lại tương đương với các kinh trong *Tăng chi bộ* của Pāli, và một ít tương đương các kinh trong *Tương ưng bộ*. Như vậy, lời chú của Tăng Hựu có thể có cơ sở. Thế nhưng, như kết luận của đại sư Ấn Thuận, không biết kinh này thuộc về bộ phái nào.[27]

Nói tóm lại, trong tình hình Phật điển hiện tại, hiện hành *Tăng nhất* trong Hán tạng được thừa nhận, tuy chưa phải tuyệt đối, là thuộc Đại chúng bộ hậu kỳ và tương đương Pāli là *Tăng chi bộ* thuộc Thượng tọa bộ Nam phương; ngoài ra chưa phát hiện được bộ phận Thánh điển tương đương trong các bộ phái khác.

Về lịch sử truyền thừa của *Tăng nhất*, như được nói trong phẩm Tựa, sau khi *Tăng nhất* được kết tập, Bồ-tát Di-lặc nói với các Bồ-tát trong Hiền kiếp: "Các ngài hãy khuyến khích các tộc tánh nam, tộc tánh nữ trong Hiền kiếp phúng tụng, thọ trì Tôn pháp Tăng nhất; quảng diễn, phổ biến, khiến trời, người đều phụng hành." Nhiệm vụ lưu truyền như vậy trước hết được phú chúc cho hàng tại gia bao gồm cả chư thiên, quỷ thần, và loài người.

Mặt khác, tự thân Tôn giả A-nan phú chúc *Tăng nhất* cho Tỳ-kheo Ưu-đa-la. Đại Ca-diếp hỏi vì sao phú chúc cho Ưu-đa-la, A-nan dẫn bản sự, trong nhiều kiếp trước, kể từ thời đức Phật Tì-bà-thi, Ưu-đa-la đã là vị tỳ-kheo

---

[27] Ấn Thuận, sách đã dẫn, tr. 761-3.

được phú chúc lưu truyền pháp *Tăng nhất*. Liên tục, cho đến thời Phật Ca-diếp cũng vậy. Để giải thích ý nghĩa lưu truyền này, A-nan dẫn chuyện cổ, từ thời Chuyển luân vương Đại Thiên, pháp của các vua đều lưu truyền liên tục không gián đoạn từ cha đến con. Ý nghĩa này muốn nói đến tính chính thống của các vương triều và dòng họ. Nó cũng được nêu rõ bởi Vô Trước, khi ngài chú giải kinh *Kim cang bát-nhã*,[28] nói về ân đức và sự phú chúc của các Như Lai đối với các Bồ-tát. Ân đức ấy là giáo dục, hỗ trợ để Bồ-tát trưởng thành, và sau đó phú chúc chánh pháp cho các Bồ-tát để duy trì chủng tánh bất đoạn. Chủng tánh nói đây là chủng tộc Như Lai, dòng họ của Giác ngộ. Cũng như pháp của Chuyển luân vương cần được duy trì liên tục từ vương triều này đến vương triều khác, từ cha đến con, để cho trật tự và an lạc của nhân dân được bảo đảm. Cũng vậy, chủng tộc Như Lai, dòng họ Giác ngộ, cần được duy trì liên tục ở thế gian để nhiếp thọ an lạc cho chúng sanh.

Thật ra, ý niệm về sự truyền thừa liên tục để bảo đảm tính chính thống này không phải chỉ xuất hiện trong sự phát triển của Đại thừa. Kể từ khi Tăng-già phân phái, ý nghĩa chính thống được trọng thị, và tính chính thống chỉ được bảo đảm bằng sự truyền thừa trực tiếp và liên tục từ thầy đến trò. Điển hình như tường thuật của Thượng tọa bộ về đại hội Vương xá, sau khi kết thúc, không nói đến sự truyền thừa chính thống, mà chỉ đề cập sự kiện

---

[28] *Kim cang bát-nhã luận*, Vô Trước Bồ-tát tạo, No.1510, T25 tr. 757a.

Puraṇa. Trưởng lão Puraṇa từ Nam sơn, tức các núi phía nam Vương xá, cùng với 500 Tỳ-kheo về đến nơi thì đại hội vừa kết thúc. Tăng thông báo kết quả, và khuyến cáo, "Này Hiền giả *Puraṇa*, Pháp và Luật đã được các Tỳ- kheo Trưởng lão kết tập. Hiền giả cũng nên thọ trì đọc tụng." Nhưng *Puraṇa* trả lời: "Thưa các Hiền giả, Pháp và Luật đã được kết tập hoàn hảo bởi các trưởng lão, nhưng tôi chỉ thọ trì những gì mà chính tôi trực tiếp nghe từ Thế Tôn."[29]

Tuy nhiên, cho đến thời *Buddhaghosa*, với *Thiện kiến luật*, một phả hệ truyền thừa luật được liệt kê xem như chính thống: bắt đầu từ Ưu-ba-li, truyền xuống Đại Tượng Câu là đệ tử thân cận của Ưu-ba-li, sau Đại Tượng Câu là Tô-na-câu, rồi đến Tất-già-phù, Tối Thắng Tánh, Mục-kiền-liên Tử Đế-tu...[30] Tất cả đều trực tiếp khẩu truyền. Nghĩa là thầy dạy trực tiếp cho đệ tử học thuộc lòng, rồi lần lượt truyền đến các đời sau.

Đối lại, Đại chúng bộ cũng lập riêng một phả hệ truyền thừa tự xác nhận là chính thống, cũng bắt đầu từ Ưu-ba-li. Ưu-ba-li truyền cho Đà-sa-bà-la. Đà-sa-bà-la truyền cho Thọ-đề-đà-sa, truyền lần xuống cho đến Đạo Lực.[31]

Tính cách truyền thừa chính thống của Luật tạng được trọng thị hơn Kinh, vì tính hợp pháp của cộng đồng Tăng

---

[29] *Cūḷavagga, Pañcasatikhandhaṃ*, Vin. ii. 290.
[30] *Thiện kiến luật Tì-bà-sa*, quyển 1, T24 tr. 77b.
[31] *Ma-ha-tăng-kỳ luật*, quyển 32, T22 tr. 493a.

lữ. *Tăng nhất* này có lẽ do yếu tố mở rộng cho nên cần chứng minh tính chính thống của bộ phái mình do đó nhấn mạnh đến ý nghĩa truyền thừa như vậy.

Sau sự phú chúc của A-nan cho Ưu-đa-la, luận *Phân biệt công đức* tường thuật tình hình lưu truyền *Tăng nhất* như sau:

"Kinh này, bản gốc có 100 sự kiện. A-nan phú chúc cho Ưu-đa-la. Mười hai năm sau, A-nan nhập Niết-bàn. Các tỳ-kheo bấy giờ chỉ chuyên tọa thiền, không còn tụng đọc. Họ cho rằng, trong ba nghiệp mà Phật dạy, tọa thiền là bậc nhất. Do đó, họ phế bỏ việc học kinh. Tiếp theo mười hai năm sau, Tỳ-kheo Ưu-đa-la lại nhập niết-bàn. Vì vậy, kinh này bị thất lạc hết 90 sự kiện. Theo phép ngoại quốc, thầy trò Pháp sư truyền cho nhau chỉ bằng khẩu truyền, không chấp nhận ghi chép bằng văn tự. Bấy giờ những điều được truyền chỉ mười một sự là hết. Từ đó truyền cho đến nay như văn hiện có vậy."[32]

Truyền bản gốc Phạn cho *Tăng nhất* dịch hiện tại được nói là tụng đọc bởi Đàm-ma-nan-đề (*Dharmanandi*), người Đâu-khư-lặc (Tukhāra). Sư đến Hoa vào thời Kiến Nguyên (tl. 365-385). Như bài Tựa của Đạo An viết cho *Tăng nhất* nói, khi Sư đến Hoa, những người ngoại quốc đồng hương rất trọng vọng.[33] Do điều này mà Sư được

---

[32] *Phân biệt công đức luận*, quyển 2, T25 tr. 34a21.
[33] *Xuất Tam tạng ký tập*, quyển 9, T55 tr. 64b.

vua Tần Phù Kiên tiếp đãi nồng hậu. Sau đó, theo thỉnh cầu của Thái thú Triệu Chính, dưới sự chủ trì của Đạo An, sư khởi sự dịch *Tăng nhất*, y trên ký ức đọc thuộc trọn bộ của kinh mà dịch. Theo ký tải của Tăng Hựu, Đàm-ma-nan-đề đọc bản Phạn, Trúc Phật Niệm dịch Hán.[34] Do đây mà biết Đàm-ma-nan-đề là người truyền thừa *Tăng nhất* theo truyền khẩu từ thầy đến trò, nhưng chưa có cơ sở để biết rõ diễn tiến của sự truyền thừa này như thế nào, cho đến khi kinh được truyền vào Trung Quốc.

Đâu-khư-lặc là một vương quốc cổ đại ở tây bắc Ấn, phía tây nam dãy Thông Lĩnh (*Pamir*). Nó được nói đến trong sử thi *Mahābharata*, với tên là *Tushara* (*Tukhāra*), được xem là cứ địa của bộ tộc Mleccha, mà Hán âm gọi là Miệt-lệ-xa. Huyền Trang trên đường vào Ấn có ghé ngang qua đây, gọi tên nó là Đỗ-hóa-la. *Tây vực ký* chỉ ghi chép rất vắn tắt, không nói chi tiết tình hình Phật giáo tại đây, chỉ sơ lược là Tăng đồ nhập hạ vào ngày 16 tháng 12, và tự tứ vào ngày 15 tháng ba, vì thời điểm này ở đây là mùa mưa.[35]

Vương quốc này cũng được nói đến trong *Thiện kiến*, với tên gọi là nước Du-na thế giới (*Yavanaloka*), và vua A-dục đã cử một phái bộ hoằng pháp đến đây, dẫn đầu bởi

---

[34] *Xuất Tam tạng ký tập*, quyển 2, T55 tr. 10b24.

[35] *Tây vực ký, quyển 1*, T 51 tr. 872a5: Đỗ-hóa-la quốc, cũ gọi là Đỗ-hóa-la 覩貨邏國 (舊曰吐火]羅國).

Ma-ha-lặc-khí-đa (*Mahārakkhita*).³⁶ *Yavanaloka* là từ Pāli chỉ cho vùng đất của người Hy-lạp. Sở dĩ được gọi như vậy, vì vùng đất này trước kia là một phần của đế quốc Ba-tư cổ đại, sau bị người Hy-lạp chiếm đóng. Vùng đất này tiếp cận địa phương Ca-thấp-di-la (*Kaśmira*) nên có thể một phần chịu ảnh hưởng của Hữu bộ. Một số đoạn kinh chép tay tìm thấy ở đây có vẻ là kinh điển thuộc hệ Nhất thiết hữu. Địa danh Thổ-hỏa-la, một phiên âm khác của Đâu-khư-lặc hay Đổ-hóa-la (*Tukhāra/Tushara*) cũng được nhắc đến trong *Căn bản thuyết nhất thiết hữu bộ tì-na-da tạp sự*.³⁷ Cũng có khá nhiều dịch giả kinh Phật trong Hán tạng đến từ quốc thổ này. Nếu cho rằng *Tăng nhất* Hán dịch có liên hệ nào đó đối với Hữu bộ, không phải là điều thiếu căn cứ.

Theo một số dữ kiện như vậy, liên hệ đến tình hình Phật giáo tại vùng đất này, thì việc khẳng định *Tăng nhất* thuộc Đại chúng bộ, tiền kỳ hay mạt kỳ, đều chưa chắc chắn.

2. Hán dịch

Bản *Tăng nhất* Hán dịch ấn hành trong *Đại chánh* là bản dịch có thể nói là duy nhất, phiên dịch bởi Tam tạng người Kế-tân (*Kaśmira*), Cù-đàm Tăng-già-đề-bà (*Gautama-Saṅghadeva*). Nhưng Đạo An, trong Tựa *Tăng nhất A-hàm* nói, "Có Sa-môn ngoại quốc là Đàm-ma-nan-

---

³⁶ *Thiện kiến luật* quyển 2, T24 tr. 684c.
³⁷ Quyển 24, T24 tr. 319c5.

đề (*Dharmanandi*), người nước Đâu-khư-lặc; xuất gia từ tuổi còn nhỏ, học thức rất rộng, đọc thuộc hai bộ *A-hàm*, cái cũ ôn tập mà cái mới ngày một nhiều. Ông đi nhiều nước, không nơi nào không rảo qua. Đời Tần, năm Kiến Nguyên thứ hai mươi (tl. 384) đến Trường An. Những người ngoại quốc đồng hương rất ca tụng. Vũ uy thái thú Triệu Văn Nghiệp thỉnh cầu phiên dịch. Trúc Phật Niệm dịch truyền, Đàm Tung bút thọ. Mùa hạ năm Giáp Thân bắt đầu, đến xuân sang năm thì hoàn tất, gồm 41 quyển, chia làm hai bộ thượng và hạ. Bộ thượng 26 quyển còn nguyên vẹn không thiếu sót gì. Bộ hạ 15 quyển mất các bài kệ lục. Tôi cùng với Pháp Hòa khảo chính, với sự trợ giúp của Tăng Mậu, bổ sung những chỗ thiếu mất, 40 ngày mới xong... Hiệp cả hai bộ thượng hạ, tổng cộng có 472 kinh."[38]

Bản lưu hành hiện tại trong *Đại chánh* cũng gồm 472 kinh, nhưng số quyển phân thành 51. Khả năng là đồng nhất với bản mà Đạo An viết tựa.

Về tiểu sử Đàm-ma-nan-đề, sơ lược thì như trong bài Tựa của Đạo An; chi tiết thì như được ghi chép trong *Cao tăng truyện*. Chi tiết này cũng không nhiều lắm, ngoài sự kiện dịch *Tăng nhất* cùng hai bộ nữa nhắc đến là *A-tì-đàm tâm luận* và *Tam pháp độ luận*.[39] Sau các công trình phiên dịch chừng ấy, Sư trở về nước, không biết về sau ra sao.

---

[38] *Xuất tam tạng ký tập*, dẫn trên. *Tăng nhất A-hàm kinh tự*, T2 tr 549a10 tt.

[39] *Cao tăng truyện*, Huệ Hạo, quyển 1, T50 tr. 328b19 tt.

Ngoài ba bản dịch kể trên, *Lịch đại Tam bảo ký* tổng kết tất cả có 5 bản dịch, trừ *Tì-đàm-tâm* không được nhắc đến. Kể thêm:

- *Trung A-hàm*, 59 quyển, xuất hiện năm Kiến Nguyên 21 (tl. 385), bản Hán dịch đầu tiên; Trúc Phật Niệm bút thọ.

- *A-dục vương thái tử hoại mục nhân duyên kinh*, 1 quyển.

- *Tăng-già-la-sát tập*, 2 quyển.[40]

Trong số 5 kinh này, *Trung A-hàm, Tăng nhất*, kể thêm *A-tì-đàm tâm luận* và *Tam pháp độ luận*, mà *Cao tăng truyện* nói là dịch bởi Đàm-ma-nan-đề, *Lịch đại Tam bảo ký* ghi là dịch bởi Cù-đàm Tăng-già-đề-bà, và có ghi chú: so với bản dịch của Đàm-ma-nan-đề có đại đồng tiểu dị.[41] Cách ghi như vậy khiến người ta có cảm tưởng chí ít có đến hai bản dịch *Tăng nhất* mà Phí Trường Phòng có để chiếu. Sự thực hẳn không phải như vậy. Theo các ghi chép mà nếu đọc kỹ, chúng ta sẽ thấy các bản dịch được nói là do Đàm-ma-nan-đề không có bản nào mà chính Sư tự dịch ra Hán văn, dù chỉ là dịch miệng cho người khác chép lại. Như trường hợp hai bộ *Trung* và *Tăng nhất*, Tăng Hựu nói Nan-đề miệng đọc "bản Hồ", Trúc Phật Niệm dịch

---

[40] *Lịch đại Tam bảo ký*, quyển 8, T49 tr. 75c24 tt.
[41] Sách dẫn trên, quyển 7, tr. 70c11.

xuất.[42] Trong các ghi chép của Tăng Hựu và Tăng Hạo, không nói đến sự tham dự của Tăng-già-đề-bà trong các bản dịch này.

Trong thư mục của Tăng Hựu, Tăng-già-đề-bà hoạt động trong khoảng Tấn Hiếu Vũ đế và An đế (tl. 373-418), phiên dịch được 6 bộ, không thấy nhắc đến *Tăng nhất A-hàm*.[43]

Tiểu sử Tăng-già-đề-bà ghi trong *Xuất tam tạng ký tập* đã được lược dẫn trong đoạn giới thiệu lịch sử truyền dịch của *Trung A-hàm*, phần "Tổng mục lục", ở đây không cần thiết phải lặp lại.

Theo những điều được ghi chép bởi Tăng Hựu, và mục lục chép bởi Phí Trường Phòng, có khả năng là bản dịch *Tăng nhất* được thực hiện do bởi khẩu tụng của Đàm-ma-nan-đề, chuyển ngữ bởi Tăng-già-đề-bà và bút thọ là Trúc Phật Niệm.

Đại sư Ấn Thuận cũng cho biết, trong các ấn bản Đại tạng Tống-Nguyên-Minh, cuối kinh có ghi phụ chú: "*Tăng nhất A-hàm*, 11 pháp, hết. Gồm 25 vạn thủ-lô, tổng cộng 80 vạn lời, với 555 câu *văn như thị nhất thời*." Thủ-lô hay thủ-lô-ca, Skt. *śloka*, là một thể loại thi tụng, thông dụng trong các sử thi theo âm luật *anuṣṭub*. Mỗi *śloka* gồm bốn chân (*pāda*), mỗi chân gồm 8 âm tiết, phân thành hai

---

[42] *Xuất Tam tạng ký tập*, quyển 2, T55 tr. 10b24.
[43] Sách dẫn trên, tr. 10c7-c14.

dòng, mỗi dòng 16 âm tiết. Tổng cộng, như vậy mỗi śloka gồm 32 âm tiết. Trong thống kê trên, 25 vạn *śloka* x 32 âm tiết, chính xác ta có 80 vạn âm tiết, tức 80 vạn lời. Nói vậy là thống kê văn tự toàn kinh theo bản Phạn. Trong đó nói gồm "555 câu *văn như thị nhất thời*" tức gồm chừng đó số kinh. Số lượng này nhiều hơn bản hiện có, cũng như số thống kê bởi Đạo An. Ngài Ấn Thuận kết luận: bản kinh mà Đàm-ma-nan-đề đọc có khá nhiều sai sót.[44]

Đấy là tình hình tổng quát về bản Hán dịch mà ta có hiện nay.

---

[44] Ấn Thuận, sách dẫn trên, tr. 760.

TOÁT YẾU NỘI DUNG CÁC KINH

Phẩm 1: Tựa

Văn phẩm tựa gồm hai phần:

Phần đầu, thể kệ tụng, tường thuật diễn tiến cuộc kiết tập kinh điển lần thứ nhất tại Vương xá, trong đó *Tăng nhất* được xem là căn bản.

Phần hai, thể văn trường hàng, vấn đáp giữa Bồ-tát Di-lặc và A-nan về sự lưu truyền Thánh điển.

Trong phần tựa này, yếu tố Đại thừa xuất hiện khá rõ. Giáo nghĩa được đề cao là Tánh Không. Thực hành được xem trọng là Sáu Ba-la-mật.

Nội dung phần này cũng nhấn mạnh đến sự truyền thừa chính thống và liên tục của Thánh giáo, như sự truyền thừa của các Chuyển luân vương đời xưa. Bồ-tát Di-lặc ủy nhiệm các Bồ-tát và chư thiên lưu bố kinh này. A-nan phú chúc kinh này cho Tỳ kheo Uất-đa-la.

THIÊN MỘT PHÁP

Thiên này gồm 13 phẩm, tổng cộng 109 kinh. Nội dung Phật dạy giáo nghĩa theo từng đề tài độc lập. Nói "một pháp" nghĩa là pháp chỉ có một yếu tố, hay một nội dung. Thí dụ, "Niệm Phật" được Phật dạy riêng thành một pháp độc lập. "Niệm Pháp" cũng được Phật dạy riêng thành một pháp độc lập.

Phẩm 2: Thập niệm

Phẩm gồm 10 kinh, Phật dạy về 10 niệm: niệm Phật, niệm Pháp, niệm Tăng, niệm Giới, niệm thí, niệm thiên, niệm tịch tĩnh, niệm hơi thở, niệm thân, và niệm sự chết.

Phẩm 3: Quảng diễn

Phẩm gồm 10 kinh. Phật dạy quảng diễn, tức phát triển, pháp môn 10 niệm như trong phẩm 2. Trong đây, mỗi kinh được dạy phát triển một niệm.

Phẩm 4: Đệ tử

Đức Phật ghi nhận các đại đệ tử, mỗi vị đệ nhất trong một phương diện, từ đệ tử đắc pháp đầu tiên là A-nhã Kiều-trần-như, cho đến vị cuối cùng là Tu-bạt. Mười đệ tử, có khi mười một, tập thành một kinh. Tất cả có 10 kinh.

Phẩm 5: Tỳ-kheo-ni

Các đại Tỳ-kheo-ni đệ nhất, kể từ Đức bà Kiều-đàm-di, cho đến Bạt-đà Quân-đà-la. Mười vị tập thành một kinh. Tất cả 5 kinh, 50 vị trưởng lão ni đệ nhất.

Phẩm 6: Thanh tín

Thanh tín sĩ tức ưu-bà-tắc. Phật ghi nhận các ưu-bà-tắc đệ nhất, từ hai vị thương khách đầu tiên, cho đến một người Mạt-la ở Câu-thi-na nơi Phật nhập diệt. Tất cả 4 kinh, mỗi kinh 10 ưu-bà-tắc đệ nhất.

Phẩm 7: Thanh tín nữ

Các ưu-bà-di đệ nhất. Gồm 3 kinh, có 32 vị được ghi nhận.

Phẩm 8: A-tu-la

A-tu-luân, hay A-tu-la, tên gọi của phẩm, nhưng chỉ 1 kinh nói đến a-tu-la muốn xúc phạm mặt trời, mặt trăng mà không được. Cũng vậy, tỳ-kheo không để Ác Ma xúc phạm.

Chín kinh tiếp theo, nói về "Một Con Người" xuất hiện thế gian; Con Người đó là Phật, vì ích lợi cho cả thế gian, không ai có thể sánh bằng.

Phẩm 9: Con một

Kinh số 1 – 2: bà mẹ có con một, hoặc trai hoặc gái, đều dạy dỗ mong cho thành người mẫu mực, dù tại gia hay xuất gia, như các đệ tử của Phật. Đức Phật giáo giới các tỳ-kheo cũng vậy.

Kinh số 3 -6: một pháp cần chế ngự, khó mà cũng dễ, đó là tâm ý.

Kinh số 7 – 8: một pháp buộc chặt nam và nữ: sắc dục.

Kinh 9 và 10: một pháp đối trị một pháp, tức năm triền cái với đối trị phần của từng cái.

Phẩm 10: Hộ tâm

Kinh số 1 – 2: Phật dạy hành không phóng dật.

Kinh số 3 – 8: bố thí và phước báo bố thí, từ người nhận đến người cho.

Kinh số 9: về chí tín.

Kinh số 10: nhất tâm niệm Phật.

Phẩm 11: Bất hoàn

Kinh số 1 – 4: diệt tham, sân, si, xan tham, chứng đắc Bất-hoàn.

Kinh số 5 – 6: một pháp cần chế ngự là tâm.

Kinh số 7 – 10: Tỳ-kheo tham đắm lợi dưỡng sẽ vọng ngữ, đọa lạc, như Đề-bà-đạt-đa.

Phẩm 12: Nhập đạo

Kinh số 1: một con đường có một lối đi duy nhất dẫn đến Niết-bàn: chuyên tâm tu tập tám Thánh đạo, bốn niệm xứ.

Kinh số 2: một pháp dẫn đến hoại diệt: ganh tị.

Kinh số 3 - 4: chăm sóc bịnh nhân như chăm sóc Phật, một Con Người duy nhất không ai sánh bằng.

Kinh số 5 – 6: tán thán hạnh đầu-đà, và Tôn giả Đại Ca-diếp.

Kinh số 7 – 10: Đề-bà-đạt-đa tham lợi dưỡng mà gây các tội ác.

Phẩm 13: Lợi dưỡng

Kinh số 1 – 3: vị ngọt của ái dục, và hậu quả. Tỳ-kheo Tu-la-đà tham lợi dưỡng mà đọa ác đạo.

Kinh số 4: thân bịnh, nhưng tu tập để tâm không bịnh.

Kinh số 5: tâm uế, những cáu bẩn của tâm, 21 kết, tùy phiền não.

Kinh số 6: Đế Thích hỏi Phật về bố thí.

Kinh số 7: Tu-bồ-đề và Ma Ba-tuần.

Phẩm 14: Ngũ giới

Gồm 10 kinh: sát sinh, cho đến uống rượu; không sát sinh, cho đến không uống rượu. Mỗi giới thuyết thành 2 kinh: vi phạm thì đọa ác đạo, thanh tịnh thì sinh thiện xứ, có thể dẫn đến Niết-bàn.

THIÊN HAI PHÁP

Thiên gồm 6 phẩm, tổng cộng 65 kinh.

Phẩm 15: Hữu vô

Kinh số 1 – 2 : xả hữu kiến và vô kiến.

Kinh số 3 – 5: tài vật và pháp đối với thí, nghiệp, ân ái.

Kinh số 6: hai đặc điểm của người ngu.

Kinh số 7 – 9: hai pháp lễ Phật, lễ Pháp, lễ Tăng.

Kinh số 10: nhân duyên khởi chánh kiến.

Phẩm 16: Hỏa diệt

Kinh số 1: Nan-đà do giác ngộ dục như hầm lửa mà giải thoát. Ma Hành loan tin thất thiệt gạt Tôn-đà-lị.

Kinh số 2: hai niết-bàn giới, hữu dư y và vô dư y.

Kinh số 3: thí dụ về quạ, về heo; tỳ-kheo phi phạm hạnh mà không biết tàm quý.

Kinh số 4: thí dụ về lừa; phi sa-môn tự xưng sa-môn.

Kinh số 5: mười bất thiện.

Kinh số 6: tà kiến và chánh kiến.

Kinh số 7: về đuốc sáng diệt tham sân si, tám chánh đạo.

Kinh số 8: hai lực, nhẫn và tư duy.

Kinh số 9: thiên nhãn A-na-luật; thiên nhãn không bằng huệ nhãn.

Kinh số 10: La-hầu-la phụng trì giới cấm.

Phẩm 17: An-ban

Kinh số 1: La-hầu-la tu tập an-ban đắc quả A-la-hán.

Kinh số 2 – 3: hai Con Người khó gặp, Như Lai và Chuyển luân vương.

Kinh số 4: hai pháp gây phiền não.

Kinh số 5: tà kiến như trái đắng.

Kinh số 6: chánh kiến như trái ngọt.

Kinh số 7: niệm tưởng dục ái không biết chán; sự tích Vua Đảnh Sanh, tham lam không giới hạn.

Kinh số 8: ác hữu như trăng tối

Kinh số 9: thiện hữu như trăng sáng.

Kinh số 10: Xá-lợi-phất hóa hình thành Châu-lợi-bàn-đà, tỳ-kheo nổi tiếng ngu dốt nhất, để luận nghị với bà-la-môn.

Kinh số 11: Đề-bà-đạt-đa xúi dục A-xà-thế cướp ngôi; quốc vương hành phi pháp, quốc độ sẽ bị thiên tai.

Phẩm 18: Tàm quý

Kinh số 1: hai pháp thủ hộ thế gian, tàm quý.

Kinh số 2: hai hạng người hành động không biết chán, ưa chất chứa và ưa thí xả.

Kinh số 3: thừa tự pháp chớ không thừa tự vật dục.

Kinh số 4: bà-la-môn chân chính.

Kinh số 5: Phật chế ngự con voi say.

Kinh số 6: Nan-đà thích mặc đẹp.

Kinh số 7: Phật giáo hóa Nan-đà.

Kinh số 8: Kiều-đàm-di lễ Phật.

Kinh số 9: thuyết pháp và thuyết phi pháp, hai hạng người hủy báng Như Lai.

Kinh số 10: khen ngợi và phỉ báng, phước vô lượng và tội vô lượng.

Phẩm 19: Khuyến thỉnh

Kinh số 1: Phạm thiên thỉnh Phật chuyển Pháp luân.

Kinh số 2: hai hạng nên tránh, đắm dục lạc và tự hành khổ.

Kinh số 3: Thiên đế Thích hiểu gì về ái tận giải thoát? Mục-kiền-liên làm chấn động trời Đao-lợi.

Kinh số 4: hai hạng không còn sợ hãi, vua Sư Tử và A-la-hán lậu tận.

Kinh số 5: hai pháp khiến không trí tuệ.

Kinh số 6: hai pháp khiến người thành bần tiện.

Kinh số 7: hai pháp khiến sinh nhà bần tiện.

Kinh số 8: những đời tái sinh của Uất-đầu-lam-phất và A-la-lam.

Kinh số 9: địa vị trưởng đại và địa vị niên thiếu.

Kinh số 10: hai hạng người khó gặp trong đời.

Kinh số 11: kỹ nữ Am-ba-bà-lợi.

Phẩm 20: Thiện tri thức

Kinh số 1: thân cận thiện tri thức được tăng trưởng.

Kinh số 2: các đệ tử của Đề-bà-đạt-đa cải hối.

Kinh số 3: tiền thân Đàm-ma-lưu-chi và Đức Thích Tôn thời Phật Nhiên Đăng; buông lời thô ác, nhiều kiếp đọa lạc.

Kinh số 4: thí dụ về sư tử; không như dê ăn phân mà tự hào khen ngon; Tỳ-kheo không vì lợi dưỡng cung kính mà sinh cống cao.

Kinh số 5: biết báo ân.

Kinh số 6: thành Chánh giác do tinh tấn.

Kinh số 7: a-la-nhã nên tu tập chỉ và quán.

Kinh số 8: a-la-nhã phải cần hành tinh tấn.

Kinh số 9: không khéo thuyết pháp, phản tác dụng.

Kinh số 10: cung dưỡng cha mẹ thành phước báo lớn.

Kinh số 11: khó báo hết ân cha mẹ.

Kinh số 12: Châu-lợi-bàn-đà tu chứng do chổi quét chứ không do hành nào khác.

Kinh số 13: ái biệt ly và oán tắng hội.

THIÊN BA PHÁP

Toàn thiên có 4 phẩm, 40 kinh.

Phẩm 21: Tam bảo

Kinh số 1: ba quy y.

Kinh số 2: ba phước nghiệp sự.

Kinh số 3: ba yếu tố thọ thai.

Kinh số 4: ba xứ xác lập không di động.

Kinh số 5: Cù-ba-li đọa lạc do ác khẩu.

Kinh số 6: ba pháp dẫn đến lậu tận.

Kinh số 7: ba bịnh lớn tham, sân, si và phương thuốc trị

Kinh số 8: ba hành vi ác.

Kinh số 9: vị ngọt, tai họa và xuất ly của dục; phân biệt ngoại đạo thuyết về dục, và Phật thuyết về dục.

Kinh số 10: ba thứ không chắc thật, thân, mạng, tài sản.

Phẩm 22: Ba cúng dường

Kinh số 1: ba bậc xứng đáng cúng dường, Phật, A-la-hán lậu tận, và Chuyển luân vương.

Kinh số 2: ba thiện căn dẫn đến Niết-bàn giới.

Kinh số 3: ba cảm thọ.

Kinh số 4: ba sự cần che khuất.

Kinh số 5: ba hữu vi tướng.

Kinh số 6: ba đặc điểm của người ngu.

Kinh số 7: ba pháp chưa được giác tri nên phải trải qua sinh tử.

Kinh số 8: ba pháp đáng yêu ở đời: tuổi trẻ, không bịnh, thọ lâu, nhưng không thể bảo toàn.

Kinh số 9: ba pháp khiến người nữ đọa lạc.

Kinh số 10: ba pháp đời không biết chán: tham dục, uống rượu, ngủ nghỉ.

Phẩm 23: Địa chủ

Kinh số 1: công đức bố thí; Phật khuyên Ba-tư-nặc hành bố thí không biết chán như vị vua thời cổ đại, chớ vì chút ít thành tựu mà tự mãn.

Kinh số 2: im lặng như Thánh pháp; Thiên đế Thích muốn tìm hiểu vì sao tôn giả Bà-câu-lư không thuyết pháp.

Kinh số 3: Phật hướng dẫn Nhị Thập Ức Nhĩ, tu tập như lên dây đàn; dây đàn quá căng không thành nhạc.

Kinh số 4: hậu quả của người keo kiệt.

Kinh số 5: hương giới bay mọi hướng gió.

Kinh số 6: Phật tránh Đề-bà-đạt-đa; không nên gặp người ngu.

Kinh số 7: hậu quả tham đắm lợi dưỡng, dẫn đến mất giới, mất định, mất huệ, nhưng công đức đã có.

Kinh số 8: ba bất thiện căn và ba thiện căn.

Kinh số 9: ba tụ, chánh kiến, tà kiến, hoài nghi bốn Thánh đế.

Kinh số 10: ba bất thiện tầm và ba thiện tầm.

Phẩm 24: Cao tràng

Kinh số 1: cây phướn của Thiên đế Thích khiến binh trời dũng cảm; niệm Tam Bảo diệt trừ kinh sợ.

Kinh số 2: Phật độ quỷ ăn thịt con nít.

Kinh số 3: Pháp vương và Chuyển luân vương; Phật từ bỏ địa vị Chuyển luân vương.

Kinh số 4: có sắc gì không biến dịch?

Kinh số 5: Phật sơ chuyển Pháp luân.

Kinh số 6: giới bát quan trai; ngày thần biến, chư thiên tuần hành thế gian.

Kinh số 7: ba hiện tiền phước vô lượng: tín, tài, phạm hạnh.

Kinh số 8: sống hòa hiệp không tranh chấp.

Kinh số 9: ba kết, thân kiến, giới thủ và nghi.

Kinh số 10: ba tam-muội: không, vô tướng, vô nguyện.

THIÊN BỐN PHÁP

Toàn thiên có 7 phẩm, 61 kinh.

Phẩm 25: Tứ đế

Kinh số 1: tu tập bốn Thánh đế.

Kinh số 2: bốn yếu tố vào đạo, bốn Dự lưu chi.

Kinh số 3: bốn pháp vị tằng hữu khi Phật xuất hiện thế gian.

Kinh số 4: gánh nặng và trút bỏ gánh nặng.

Kinh số 5: bốn loại sinh.

Kinh số 6: biết và không biết tự có kết sử tiềm phục.

Kinh số 7: bốn loại trái cây chín và tợ như chín.

Kinh số 8: Tỳ-kheo xả giới, như chim bị xoáy lốc giữa trời.

Kinh số 9: bốn loại chim, đẹp và xấu, hót hay và dở.

Kinh số 10: bốn loại mây, có mưa và không mưa.

Phẩm 26: Bốn ý đoạn

Kinh số 1: các bồ-đề phần tăng trưởng do tu bốn chánh đoạn (bốn chánh cần).

Kinh số 2 – 4: không phóng dật, đệ nhất trong các thiện pháp.

Kinh số 5: bốn hạng người, trong tối và trong sáng.

Kinh số 6: thân Như Lai đến hồi suy lão; cỗ xe vua cũng đến hồi mục rã.

Kinh số 7: lão mẫu của Ba-tư-nặc mạng chung; có sinh tất có chết; bốn điều rất đáng kinh sợ.

Kinh số 8: bốn pháp ấn.

Kinh số 9: Xá-lợi-phất với bốn vô ngại giải; Xá-lợi-phất và Mục-kiền-liên nhập niết-bàn.

Kinh số 10: Bà-ca-lê tự sát; đệ nhất tín thắng giải.

Phẩm 27: Đẳng thú bồ-đề

Kinh số 1: Xá-lợi-phất như sinh mẫu, Mục-kiền-liên như nhũ mẫu.

Kinh số 2: một cứu cánh hay nhiều cứu cánh? Phân biệt chánh pháp với ngoại đạo.

Kinh số 3: bốn yếu tố bố thí thành phước vô lượng.

Kinh số 4: Phật xuất thế như mặt trời mọc.

Kinh số 5: Bồ-tát Di-lặc hỏi Bồ-tát đạo; bốn pháp căn bản để thành tựu sáu ba-la-mật.

Kinh số 6: Như Lai bốn vô sở úy.

Kinh số 7: bốn hạng người đệ nhất trong đại chúng.

Kinh số 8: bốn loại kim sí điểu.

Kinh số 9: bốn công đức bố thí bởi thiện tri thức.

Kinh số 10: bốn hạng Thánh giả hữu học, phước điền thế gian.

Phẩm 28: Thanh văn

Kinh số 1: bốn đại Thanh văn hóa độ người keo kiết.

Kinh số 2: mặt trời, mặt trăng bị bốn thứ che khuất; bốn kết sử che kín tâm.

Kinh số 3: giấc ngủ an lành của người mà tâm không còn ba độc.

Kinh số 4: xem đầu lâu mà biết người chết như thế nào, sinh về đâu.

Kinh số 5: bốn yếu tố thẩm định chánh pháp luật.

Kinh số 6: bốn căn duyên sự việc, trước khổ và sau lạc.

Kinh số 7: bốn hạng sa-môn trong đời.

Phẩm 29: Khổ lạc

Kinh số 1: bốn hạng người trong đời, trước sau khổ và lạc.

Kinh số 2: bốn hạng người trong đời, thân và tâm lạc và khổ.

Kinh số 3: bốn Phạm thiên phước.

Kinh số 4: bốn loại thức ăn.

Kinh số 5: bốn vô ngại giải.

Kinh số 6: bốn cảnh giới không thể tư duy.

Kinh số 7: bốn thần túc.

Kinh số 8: bốn pháp sinh khởi ái.

Kinh số 9: bốn chủng tánh xuất gia học đạo, trong gia tộc Như Lai.

Kinh số 10: bốn phạm trụ, bốn vô lượng tâm.

Phẩm 30: Tu-đà

Kinh số 1: Sa-di Tu-đà, vấn đáp đắc giới, vị tỳ-kheo thiếu nhi.

Kinh số 2: ấu niên nhưng đáng bậc trưởng lão; trưởng lão nhưng già ngu.

Kinh số 3: Tu-ma-đề, con gái của Cấp Cô Độc. Phật và Thánh chúng hiện thần thông.

Phẩm 31: Tăng thượng

Kinh số 1: những ai thân tâm không thanh tịnh kinh sợ núi rừng tịch tĩnh; sống nơi tịch tĩnh, vì hai mục đích.

Kinh số 2: áo cũ cần giặt, người dữ cần nghe pháp.

Kinh số 3: bốn thông hành.

Kinh số 4: ở đâu trốn thoát sự chết? Bốn bà-la-môn muốn vận thần thông để trốn khỏi chết.

Kinh số 5: trời Đao-lợi có bốn vườn cảnh; bốn khu vườn cảnh tắm mát trong chánh pháp.

Kinh số 6: bốn con rắn độc đuổi theo, và chiếc bè vượt bốn dòng thác lũ.

Kinh số 7: cùng thời bốn hạng người sinh bốn hướng.

Kinh số 8: sáu năm khổ hạnh của Thích Tôn.

Kinh số 9: bốn bộc lưu và bốn an lạc.

Kinh số 10: tu tập vô tường tưởng.

Kinh số 11: tỳ-kheo không tranh hơn thua.

THIÊN NĂM PHÁP

Toàn thiên có 5 phẩm, 47 kinh.

Phẩm 32: Thiện tụ

Kinh số 1: năm căn là tụ thiện

Kinh số 2: năm triền cái là tụ bất thiện.

Kinh số 3: năm công đức lễ Phật.

Kinh số 4: năm vị thiên sứ.

Kinh số 5: Tăng thọ tuế; Phật và Tăng tác pháp tự tứ.

Kinh số 6: vị trời sắp đọa lạc, quy y Tam bảo thoát khỏi ác đạo.

Kinh số 7: Na-la-đà thuyết kinh trừ ưu sầu cho Vua Văn-trà.

Kinh số 8: năm yếu tố khó lành bịnh.

Kinh số 9: năm yếu tố dễ lành bịnh.

Kinh số 10: năm công đức tùy thời huệ thí.

Kinh số 11: năm công đức bố thí ẩm thực.

Kinh số 12: năm trường hợp bố thí cập thời.

Phẩm 33: Năm vua

Kinh số 1: năm vị vua luận về dục; trong năm dục, cái nào vi diệu nhất?

Kinh số 2: sự tích Tôn giả Thi-bà-la.

Kinh số 3 - 4: năm loại chiến sĩ; năm hạng Tỳ-kheo chiến đấu với dục.

Kinh số 5 - 6: năm trường hợp quét rác, và quét tháp không công đức.

Kinh số 7: năm sự khó của sự trường kỳ du hành.

Kinh số 8: năm điều phi pháp do ở cố định một chỗ.

Kinh số 9: năm công đức do không ở cố định một chỗ.

Kinh số 10: thí dụ về đống lửa; tỳ-kheo cẩn thận với người nữ.

Phẩm 34: Đẳng kiến

Kinh số 1: giới thành tựu tư duy năm uẩn, lần lượt đạt đến A-la-hán.

Kinh số 2: Tỳ-lưu-ly diệt dòng họ Thích; Đức Thích Tôn chiếu cố các Thích tử; Tỳ-lưu-ly diệt vong; nhân duyên nghiệp báo khó lường.

Kinh số 3: nhân gian là thiện xứ của chư thiên, vì nơi đây mới có tu đạo để không còn đọa lạc.

Kinh số 4: năm pháp hủy nhục của người xuất gia.

Kinh số 5: bà-la-môn nghèo cúng Phật, công đức hơn cả Vua Tần-bà-sa-la suốt đời bố thí.

Kinh số 6: năm sự không thể đạt được.

Kinh số 7: năm hạng người không thể chữa trị.

Kinh số 8: sự trói chặt của Ma, chặt hơn Thiên đế Thích trói A-tu-la vương.

Kinh số 9: năm thủ uẩn diệt tận tức là pháp diệt tận?

Kinh số 10: nguyên nhân khiến thành quách hoại diệt.

Phẩm 35: Tà tụ

Kinh số 1: năm yếu tố nhận biết người thuộc tụ tà kiến.

Kinh số 2: Như Lai xuất hiện ở đời hành năm sự.

Kinh số 3: năm vật mà bố thí không được phước.

Kinh số 4: năm loại sức mạnh của người nữ.

Kinh số 5: năm tưởng dục của người nữ.

Kinh số 6: năm trường hợp không nên lễ người.

Kinh số 7: phước báo cúng dường nước nóng; tín ngưỡng thờ Ngũ đạo đại thần.

Kinh số 8: giáo giới tỳ-kheo thối ý tu Phạm hạnh.

Kinh số 9: Đa-kỳ-xa, tỳ-kheo thi sĩ, đối trị tâm bị lửa dục thiêu đốt.

Kinh số 10: Tăng-ca-ma bảy lần chiến đấu cám dỗ; tỳ-kheo đệ nhất kiên trì chiến đấu với Ma.

Phẩm 36: Thính pháp

Kinh số 1: năm công đức tùy thời nghe pháp.

Kinh số 2: năm công đức dựng, bố thí nhà tắm.

Kinh số 3: năm công đức bố thí dương chi (tăm xỉa răng).

Kinh số 4: không có xe cộ, ngựa voi, do bởi nghiệp sát, và gian dối.

Kinh số 5: Phật lên Đao-lợi thuyết pháp cho mẹ; Phật thị hiện thần biến thị đạo từ Đao-lợi trở về nhân gian.

THIÊN SÁU PHÁP

Toàn thiên gồm 2 phẩm, 22 kinh.

Phẩm 37: Sáu trọng pháp

Kinh số 1: sáu trọng pháp, sáu pháp hòa kính.

Kinh số 2: Xá-lợi-phất và Mục-kiền liên cùng thi triển thần thông lực.

Kinh số 3: tỳ-kheo như thế nào làm tỏa sáng khu rừng Ngưu Giác.

Kinh số 4: sáu yếu tố cần có nơi thí chủ và vật thí.

Kinh số 5: tỳ-kheo tu tập chỉ, quán và giới thành tựu để đạt được sáu điều mong cầu.

Kinh số 6: Xá-lợi-phất sư tử hống; sáu pháp đọa địa ngục, sáu pháp sinh thiên.

Kinh số 7: Đệ nhất nghĩa Không; pháp giả hiệu nhân duyên.

Kinh số 8: ý hướng, hành vi, mục đích của các hạng người khác nhau.

Kinh số 9: những hành vi được gọi là hành phạm hạnh và phi phạm hạnh.

Kinh số 10: Tát-giá Ni-kiền tử tranh luận thường và vô thường.

Phẩm 38: Lực

Kinh số 1: sáu loại sức mạnh trong đời thường.

Kinh số 2: tư duy vô thường tưởng để đoạn trừ tham ái, vô minh, mạn.

Kinh số 3: bà-la-môn hiến Phật ngọc nữ.

Kinh số 4: Bồ-tát quán duyên khởi mà giác ngộ, như người khám phá ra con đường dẫn đến thành quách cổ; pháp duyên khởi là hành tích của chư Phật.

Kinh số 5: A-na-luật trị chứng ngủ gục, đắc thiên nhãn.

Kinh số 6: Phật độ tướng cướp Ương-quật-ma-la.

Kinh số 7: các Bích-chi-phật cổ đại trên núi Tiên Nhân.

Kinh số 8: tỳ-kheo buộc sáu xứ như buộc sáu con vật vào một chỗ.

Kinh số 9: Bích-chi-phật Thiện Mục tự móc mắt, thị hiện pháp huyễn ngụy mê hoặc người đời.

Kinh số 10: Ba-tư-nặc tán thán sáu phẩm đức của Phật.

Kiinh số 11: Phật trừ dẹp quỷ thần náo loạn Tỳ-xá-ly; Tỳ-kheo-ni Thâu-lô hàng phục sáu Tông sư ngoại đạo.

Kinh số 12: sáu xứ nhiễm và không nhiễm.

THIÊN BẢY PHÁP

Toàn thiên có 3 phẩm, 25 kinh.

Phẩm 39: Đẳng pháp

Kinh số 1: bảy loại biết mà tỳ-kheo thành tựu sẽ dẫn đến diệt tận các lậu.

Kinh số 2: bảy giai đoạn từ chớm nụ đến nở hoa của cây Trú độ trên trời Đao-lợi, tương tự bảy giai đoạn của tỳ-kheo từ khi mới phát tâm xuất gia cho đến lậu tận giải thoát.

Kinh số 3: thí dụ về bảy hạng người chìm xuống nước và lội ra khỏi nước; tương tự, từ hạng người bất thiện bất trị, cho đến hạng đạt đến cứu cánh giải thoát.

Kinh số 4: bảy yếu tố thành trì được bảo vệ; tỳ-kheo thành tựu bảy pháp không bị Ma phá hoại.

Kinh số 5: bảy thức trụ, trú xứ của thức.

Kinh số 6: tư duy với bảy giác chi, trị mọi thứ bịnh.

Kinh số 7: bảy giác chi so sánh với bảy báu của Chuyển luân vương.

Kinh số 8: Chuyển luân vương thành tựu bảy báu và bốn thần túc; nhưng Chuyển luân vương cũng không thoát khỏi ba đường dữ.

Kinh số 9: ngụ ngôn về ngôi nhà (gò mối) ban đêm bốc khói, ban ngày bốc lửa; bảy mục thí dụ, tuần tự bảy lớp tu chứng A-la-hán.

Kinh số 10: Mãn Nguyện Tử thí dụ về bảy trạm xe; do giới tịnh mà tâm tịnh, cho đến đạt tri kiến tịnh, thứ lớp tuần tự đạt đến Niết-bàn.

Phẩm 40: Bảy ngày

Kinh số 1: nói về sự hình thành và hoại diệt của thế giới.

Kinh số 2: bảy pháp bất thối, quốc gia cường thịnh, tăng-già hưng thịnh.

Kinh số 3: bảy kết sử, bảy tùy miên, khiến đọa ác đạo; bảy phương thuốc trị.

Kinh số 4: bảy hạng phước điền vô thượng: những vị hành từ, bi, hỉ, xả, không, vô tương, vô nguyện.

Kinh số 5: phước cũ hết, phước mới trống không, nhất định đọa ác đạo; xuất gia trong vòng bảy ngày thoát ác đạo, sinh thiên.

Kinh số 6: bảy phương pháp đoạn từ các lậu.

Kinh số 7: bảy hữu y phước nghiệp sự, phước liên tục tăng.

Kinh số 8: như thế nào là tư duy về sự chết?

Kinh số 9: bảy Ni-kiền tử lõa hình, phàm phu không phân biệt được những người tu khổ hành là Chân nhân hay không phải Chân nhân.

Kinh số 10: Phật không tranh luận với thế gian; Ca-chiên-diên diễn giải ý Phật bằng bảy kết sử.

Phẩm 41: Chớ sợ

Kinh số 1: đoạn trừ ba kết, thành bất thối chuyển, không sợ chết hoạnh tử, không sợ đọa ác đạo; Phật bác bỏ chủ trương khổ hành của Ni-kiền tử.

Kinh số 2: diệt gốc vô minh, ái dục, không còn khổ não về sự mất con, mất anh em, mất thân thích.

Kinh số 3: quán bảy thiện xứ, bảy phương pháp quán sát thiện xảo, thành bậc thượng nhân.

Kinh số 4: Xá-lợi-phất chỉ dẫn pháp cho các tỳ-kheo du hóa phương Bắc, địa phương có nhiều người trí tuệ.

Kinh số 5: Đại Ca-diếp tuổi đã quá già nhưng vẫn hành đầu-đà; tỳ-kheo trong tương lai tham đắm tài sản, thường xuyên tranh chấp; Phật phú chúc chánh pháp cho Ca-diếp và A-nan.

THIÊN TÁM PHÁP

Toàn thiên có 2 phẩm, 20 kinh.

Phẩm 42: Tám nạn

Kinh số 1: trường hợp không gặp thời tiết nhân duyên để được nghe và tu tập chánh pháp.

Kinh số 2: tám địa ngục lớn và các địa ngục nhỏ.

Kinh số 3: Phật thị hiện cho thấy sức mạnh của vô thường; Phật độ Tỳ-kheo-ni Quân-trà-la; giáo huấn tối hậu của Phật trước khi nhập niết-bàn.

Kinh số 4: tám điều hy hữu của đại dương, tám vị tằng hữu trong chánh pháp.

Kinh số 5: tám nhân duyên đại địa chấn động.

Kinh số 6: A-na-luật tư duy về tám điều suy niệm của bậc đại nhân.

Kinh số 7: thế gian có tám chúng, nhưng không chúng nào có tám pháp: thiểu dục tri túc, tâm ý không tán loạn, thành tựu giới, định, huệ, giải thoát, đa văn, tinh tấn.

Kinh số 8: Phật dạy Cấp Cô Độc bố thí bình đẳng, và tám chúng Hiền thánh là phước điền tối thượng.

Kinh số 9: tám sự thực hành huệ thí, phước báo vô lượng.

Kinh số 10: tám tà đạo dẫn xuống địa ngục; tám chánh đạo dẫn đến Niết-bàn.

Phẩm 43: Thiên tử Mã Huyết

Kinh số 1: Thiên tử Mã Huyết đi tìm biên tế tận cùng của thế giới.

Kinh số 2: tám quan trai giới.

Kinh số 3: như khúc cây thuận chiều trôi ra biển, tỳ-kheo không bị chướng ngại sẽ trôi vào Niết-bàn.

Kinh số 4: tham lợi dưỡng, khen mình chê người, sẽ xa lìa Thánh đạo, và đọa lạc như Đề-bà-đạt-đa dù sở đắc thần thông.

Kinh số 5: ví dụ về chiếc bè qua sông.

Kinh số 6: người chăn bò ngu làm hại đàn bò khi đưa chúng qua sông; tỳ-kheo vượt biển sinh tử do tu tập đúng chánh pháp.

Kinh số 7: A-xà-thế hỏi đạo nơi lục sư và Phật, kết quả hiện tại của sa-môn; A-xà-thế được vô căn tín.

Kinh số 8 - 9: tám pháp thế gian; Như Lai sinh trong thế gian nhưng không bị nhiễm pháp thế gian.

Kinh số 10: tám hạng người không còn trụ sinh tử.

THIÊN CHÍN PHÁP

Toàn thiên, 2 phẩm, 18 kinh.

Phẩm 44: Chín chúng sinh cư

Kinh số 1: chín nơi cư trú của chúng sinh.

Kinh số 2: chín công đức sẵn nguyện, hồi hướng bố thí.

Kinh số 3: chín điều sở hành của tỳ-kheo ác.

Kinh số 4: chín đặc điểm của chim công; tỳ-kheo hiền thiện cũng có chín đặc điểm.

Kinh số 5: người nữ trói buộc người nam bằng chín pháp.

Kinh số 6: Phật thuyết căn bản pháp môn: tri kiến như thật bốn đại, chư thiên, cho đến Niết-bàn, mà không tác tưởng, không mê chấp.

Kinh số 7: Phật tự thân chăm sóc tỳ-kheo bịnh.

Kinh số 8: chín bậc Thánh giả.

Kinh số 9: Phật dùng phương tiện chỉ cho Vương tử Vu Hô thấy được phẩm đức của Châu-lợi-bàn-đặc, vị A-la-hán nổi tiếng ngu; chín yếu tố để hiểu biết tâm địa người khác.

Kinh số 10: thiện tri thức là toàn bộ đời sống phạm hạnh.

Kinh số 11: tánh hành, sở cầu, định hướng của chư thiên và loài người sai biệt, do đó có chín chúng sinh cư.

Phẩm 45: Mã vương

Kinh số 1: chín điểm xấu của người nữ; kể chuyện quá khứ, Mã vương cứu người bị nạn giữa biển, và bọn người mê nữ sắc bị quỷ La-sát ăn thịt.

Kinh số 2: giáo dục tỳ-kheo trẻ ồn ào bằng nghiêm khắc và khoan dung; chín pháp khiến tỳ-kheo không tăng trưởng trong Thánh đạo.

Kinh số 3: tụ lạc đáng lưu trú hay cần phải bỏ đi; tỳ-kheo cần bốn duyên đầy đủ để sống, sống an ổn để tăng trưởng thiện pháp.

Kinh số 4: hai phương pháp phá hoại của Ma Ba-tuần, khủng bố và cám dỗ; bốn loại thực phẩm thế gian, và năm loại thực phẩm xuất thế.

Kinh số 5: hành từ tâm tránh thoát tám nạn, sinh thiện xứ, hàng phục Ma, thành Chánh giác.

Kinh số 6: Không tam-muội là vua trong các tam-muội.

Kinh số 7: ngoại đạo âm mưu gạt Phật để thiêu sống Phật; Phật dạy chú nguyện khi ăn để không ngộ độc.

THIÊN MƯỜI PHÁP

Toàn thiên có 3 phẩm, 26 kinh.

Phẩm 46: Kết cấm

Kinh số 1: mười mục đích Phật chế luật.

Kinh số 2: mười Thánh cư, nơi cư trú của bậc Thánh.

Kinh số 3 – 4: mười trí lực và bốn vô úy của Phật.

Kinh số 5: tu mười niệm, đoạn trừ tham ái, vô minh, mạn.

Kinh số 6: lai vãng cung vua, có mười điều tai hại.

Kinh số 7: tám yếu tố khiến quốc vương không tồn tại lâu dài.

Kinh số 8: Phật dạy tỳ-kheo pháp Tăng nhất để chinh phục ngoại đạo.

Kinh số 9 – 10: tu mười bất tịnh tưởng, đối trị dục tâm.

Phẩm 47: Thiện ác

Kinh số 1: mười bất thiện dẫn sinh ác đạo; mười thiện dẫn đến Niết-bàn.

Kinh số 2: quả báo bất thiện khiến nội thân và ngoại vật đều xấu xa.

Kinh số 3: bố thí bình đẳng, cho đệ tử Phật hay không phải đệ tử Phật. Phật có huyền thuật, biến người bất thiện thành thiện.

Kinh số 4 – 7: tỳ-kheo chỉ nên bàn luận trong mười đề tài như pháp, không bàn chuyện ẩm thực, lợi đắc, chuyện quốc độ, chuyện quốc vương.

Kinh số 8: La-hầu-la bị đoạt am thất; Phật quy định về việc Tăng xử dụng thất của tỳ-kheo đi vắng, và xử lý thất của tỳ-kheo mạng chung.

Kinh số 9: do đâu phát sinh tri kiến, 62 kiến chấp, làm thế nào trừ diệt các kiến chấp thế giới hữu biên hay vô biên, tà kiến ai sáng tạo thế gian... Phật dạy an trú trên mười thiện địa để trừ diệt.

Kinh số 10: tuổi thọ của chúng sinh trong ba ác đạo, bốn đại châu, và chư thiên.

Phẩm 48: Mười bất thiện

Kinh số 1: quả báo của mười hành vi bất thiện.

Kinh số 2: Phật quy định Tăng pháp thuyết giới.

Kinh số 3: Phật nói về sự xuất hiện của Phật Di-lặc vị lai.

Kinh số 4: Phật nói về bản sự của sáu đức Phật quá khứ.

Kinh số 5: công đức bố thí biệt thỉnh thực, và Tăng thứ thỉnh thực; những điều quy định trong Luật tạng.

Kinh số 6: uy lực Kim cang tam-muội, tức diệt tận định, của Xá-lợi-phất.

THIÊN MƯỜI MỘT PHÁP

Toàn thiên, 4 phẩm, 39 kinh.

Phẩm 49: Phóng ngưu

Kinh số 1: chăn bò thành công hay thất bại bởi 11 yếu tố; tỳ-kheo do 11 pháp mà thành tựu hay không thành tựu trong đời hiện tại.

Kinh số 2: Tỳ-kheo thành tựu 11 pháp đầu-đà, đắc chánh trí trong hiện tại.

Kinh số 3: người cùng bản chất, cùng xu hướng, tụ hội với nhau, thiện theo thiện, ác làm bạn với ác.

Kinh số 4: A-la-hán có về sống đời bạch y không? Trường hợp Tượng Xá-lợi-phất; phân biệt ngũ thông và lục thông; 11 pháp nơi vị A-la-hán.

Kinh số 5: ý nghĩa sâu và cạn đối với 12 chi duyên khởi.

Kinh số 6: luận về giai cấp cao thấp, yếu tố xác định phẩm giá; mười một hạng người không thể đến với Thánh đạo tám chi.

Kinh số 7: Phật chế giới tỳ-kheo ăn một bữa.

Kinh số 8: pháp hành của sa-môn chân chánh.

Kinh số 9: quá trình tu tập và đắc thần thông của Đề-bà-đạt-đa.

Kinh số 10: tu từ tâm giải thoát được 11 công đức.

Phẩm 50: Lễ Tam bảo

Kinh số 1: lễ Phật bằng 11 pháp.

Kinh số 2: lễ Pháp bằng 11 pháp.

Kinh số 3: lễ Tăng bằng 11 pháp.

Kinh số 4: truyền thừa không gián đoạn của các Chuyển luân vương thời quá khứ. Cũng vậy, đệ tử Phật truyền thừa Chánh pháp không để đoạn tuyệt.

Kinh số 5: bốn người thọ khổ địa ngục: Mạt-khư-lê, Đế-xá, Đề-bà-đạt-đa, Cù-ba-ly.

Kinh số 6: Phật biết rõ các nguyên nhân dẫn xuống ác đạo, và đưa đến Niết-bàn.

Kinh số 7: đại thọ Tuyết sơn to lớn nhờ năm yếu tố; đệ tử Phật tăng trưởng nhờ năm thiện căn.

Kinh số 8: Phật quy định điều luật Tăng xử trị tỳ-kheo tà kiến.

Kinh số 9: thí dụ để tính thời gian của số kiếp.

Kinh số 10: phân biệt tiểu kiếp và đại kiếp.

Phẩm 51: Phi thường

Kinh số 1 – 2: chúng sinh lưu chuyển sinh tử, nước mắt, và máu huyết, nhiều hơn lượng nước của cả bốn đại dương.

Kinh số 3: tư duy vô thường tưởng để đoạn trừ tham ái, vô minh, mạn.

Kinh số 4: năm trạng thái hoang vu xơ cứng, năm điều trói buộc của tâm – năm tâm tài và năm tâm phược.

Kinh số 5: tỳ-kheo tranh nhau làm ác, Chánh pháp tổn giảm, phi pháp tăng thịnh.

Kinh số 6: sự nguy hiểm của loạn tưởng do bị kích thích bởi sắc, thanh các thứ.

Kinh số 7: Cấp Cô Độc dẫn con theo chánh pháp; vì từ tâm, phương tiện hướng dẫn người theo chánh đạo.

Kinh số 8: Xá-lợi-phất giáo hóa bịnh nhân Cấp Cô Độc.

Kinh số 9: Phật giáo hóa nàng dâu kiêu mạn của Cấp Cô Độc; tư cách người vợ.

Kinh số 10: sinh trong gia đình hào quý và bần tiện.

Phẩm 52: Đại Ái Đạo Bát-Niết-Bàn

Kinh số 1: Đức bà Kiều-đàm-di cùng 500 trưởng lão ni nhập Niết-bàn. Phật tự thân cúng dường, hành lễ trà-tì, báo ân dưỡng dục.

Kinh số 2: nhân duyên của Tỳ-kheo-ni Bạt-đà Ca-tỳ-ly.

Kinh số 3 – 4: số kiếp lâu dài trong sinh tử rất đáng sợ.

Kinh số 5: năm công đức tùy thời nghe pháp.

Kinh số 6: năm công đức tự tay huệ thí.

Kinh số 7: bình đẳng bố thí; nhưng gieo hạt giống ruộng xấu thì thu hoạch ít.

Kinh số 8: sự hối hận của Ba-tư-nặc.

Kinh số 9: mười điềm chiêm bao của Ba-tư-nặc, dự báo tương lai của chánh pháp.

THƯ MỤC ĐỐI CHIẾU

I. ĐỐI CHIẾU HÁN-PĀLI
TĂNG NHẤT A-HÀM & AṄGUTTARA-NIKĀYA

增壹阿含經　東晉罽賓三藏瞿曇僧伽提婆譯

Tăng Nhất A-Hàm, (51 quyển), Đông Tấn (Long an 1 Tl.. 397) Tăng-già-đề-bà (*Saṅghadeva*) dịch. T02n0125, tr. 549b09

* Skt: *Ekottarāgama.*

* Pāli: *Aṅguttara-nikāya.*

Thiên MỘT PHÁP 一法

Phẩm 1: Tựa 序品

Phẩm 2: Thập niệm 十念 10 Kinh.

Kinh 1. Niệm Phật.

* A I. 296 (*Buddhānusati*) PTS. i. 30.

Kinh 2. Niệm Pháp, Niệm Tăng, Niệm giới, Niệm thí, Niệm thiên, Niệm hưu, Niệm an-ban, Niệm thân phi thường, Niệm tử.

* A.I. 297 *Dhammānussati, saṅghānussati, sīlānussati, cāgānussati, devatānussati, ānāpānassati, maraṇassati, kāyagatāsati, upasamānussati.*

Phẩm 3: Quảng diễn 廣演 10 Kinh.

Phẩm 4: Đệ tử 弟子 10 Kinh.

Kinh 1. 10 đệ tử: A-nhã-câu-lân, ..., Ưu-lưu-tì Ca-diếp.

* A.I.188: *Aññāsikoṇḍañño* (PTS A.i.24); * A.I. 224: *Uruvelakassapo.*

Kinh 2. 10 đệ tử: Mã Sư, Xá-lợi-phất, Đại Mục-kiền-liên, Nhị Thập Ức Nhĩ, Đại Ca-diếp, A-na-luật, Li-viết, Đà-la Bà-la-ma, Tiểu Đà-la Bà-la-ma, La-tra-bà-la, Đại Ca-chiên-diên.

* A I .189: *Sāriputto*; * 190: *Mahāmoggallāno*; * 205: *Soṇo Koḷiviso*; * 191: *Mahākassapo*; 192: *Anurudho*; * 203: *Revato Khadiravaniyo*; * 197: *Mahākaccāno.*

Kinh 3. 10 đệ tử: Quân-đầu, Tân-đầu-lô, Thức, Bằng-kì, Câu-hi-la, Kiên Lao, Nan-đề, Kim-tì-la, Thi-la, Phù-di.

* A.I.195: *Piṇḍolabhāradvājo*; * 212: *Vaṅgīso*; * 218: *Mahākoṭṭhito.*

Kinh 4. 10 đệ tử: Hồ Nghi Li-viết, Bà-sa, Đà-tố, Ni-bà, Ưu-đa-la, Lô-hê-ninh, Ưu-kiềm-ma-ni, Sằng-đề, Đàm-ma-lưu-chi, Ca-lệ.

* A.I.204: *Kaṅkhārevato.*

Kinh 5. 10 đệ tử: Bà-câu-la, Mãn Nguyện Tử, Ưu-ba-li, Bà-ca-lị, Nan-đà, Tư-ni, Tu-bồ-đề, Nan-đà-ca, Tu-ma-na.

* A.I. 226: *bākulo*; * 196: *Puṇṇo Mantāṇiputto*; * 228: *Upāli*; * 208: *Vakkalīti*; * 230: *Nando*; * 202: *Subhūti*; * 229: *Nandako*.

Kinh 6. 10 đệ tử: Thi-bà-la, Ưu-bà-tiên Ca-lan-đà Tử, Bà-đà-tiên, Ca-diên-na, Ưu-đầu-bàn, Câu-ma-la Ca-diếp, Diện Vương, La-vân, 2 Ban-thố.

* A.I.207: *Sīvali*; * 213: Upaseno Vaṅgantaputto; * 217: *Kumāra Kassapo*; * 199: *Cūḷapanthako*; * 200: *Mahāpanthako*.

Kinh 7. 10 đệ tử: Thích Vương, Bà-đề-bà-la, Ương-ca-xà, A-nan, Ca-trì-lị, Nguyệt Quang, Thâu-đề, Thiên, Quả Y, Bà-hê (bỏ sót trong bản văn).

* A.I. 219: *Ānando*; * 227: *Sobhito*.

Kinh 8. 10 đệ tử: Ương-quật-ma, Tăng-ca-ma, Chất-đa Xá-lợi-phất, Thiện Lai, Na-la-đà, Quỷ-đà, Tì-lô-giá, Tu-bồ-đề, Kì-lị-ma-nan, Diệm Thạnh.

* A I. 232: *Sāgato*.

Kinh 9. 10 đệ tử.

* Pāli, không có tương đương.

Kinh 10. 10 đệ tử.

* Pāli, không có tương đương.

Phẩm 5: Tỳ-kheo-ni

Kinh 1. (10 Tì-kheo-ni: Đại Ái Đạo, Sấm-ma, Ưu-bát, Cơ-đàm-di, Xa-câu-lê, Xa-ma, Ba-đầu-lan-xà-na, Ca-chiên, Tối Thắng.

* A.I.235- 237: *Mahāpajāpati Gotamī, Khemā, uppalavaṇṇā*; 236. *Kisā Gotamī*; 237 (?); 238. *Paṭācārā.*

Kinh 2. 10 Tì-kheo-ni: ..., Đàm-ma-đề-na...

* A.I.239. *Dhammadīnnā.*

Kinh 3-4. 10 Tì-kheo-ni

* Pāli, không có tương đương.

Kinh 5. 10 Tì-kheo-ni: ..., Bạt-đà-la Quân-di-quốc.

* A.I.243. *Bhaddā Kuṇḍalakesā.*

Phẩm 6: Thanh tín sĩ 清信士

Kinh 1. 10 ưu-bà-tắc: Tam-quả thương khách, Chất-đa, Kiền-đề-a-lam, Quật-đa, Ưu-ba-quật-đa, Ha-xa-a-la-bà, Đức Thạnh Mãn, Tu-đạt, Dẫn-thố.

* A.I.248 (PTS.i.26): *Tapussabhallikā vāṇijā, Anāthapiṇḍiko, Macchikāsaṇḍiko, Hatthako āḷavako, Mahānāmo sakko, Uggo vesāliko hatthigāmako uggato, Sūrambaṭṭho, Surebandho, Jīvako komārabhacca, Nakulapitā.*

Kinh 2-4:

* Không có Pāli tương đương

Phẩm 7 : Thanh tín nữ 清信女

Kinh 1. 10 ưu-bà-di: ..., Tu-tì-da...

* A.I.264: *Suppiyā*, ...

Phẩm 8 : A-tu-luân 阿須倫

Kinh 1. Tu-luân 須倫.

Kinh 2. Nhiêu ích 饒益

* A.I.170 (PTS. A I. 22).

Kinh 3. Nhất đạo 一道

* Pāli, không có tương đương.

Kinh 4. Quang minh 光明

* A.I.175-176 (PTS. i.23).

Kinh 5. Ám minh 闇冥

* Pāḷi, không có tương đương.

Kinh 6. Đạo phẩm 道品

* Pāḷi, không có tương đương.

Kinh 7. Một tận 沒盡

* A I. 173.

Kinh 8. Tín 信

* Pāḷi, không có tương đương.

Kinh 9. Xí thạnh 熾盛

* Pāḷi, không có tương đương.

Kinh 10. Vô dữ đẳng 無與等

* A.I. 174 (PTS. i.23).

Phẩm 9: Nhất tử 一子

Kinh 1. Nhất tử 一子

* S. 17. 23 Ekaputtakasuttaṃ (PTS. ii.236).

Kinh 2. Nhất nữ 一女

* S. 17. 24 Ekadhātusuttaṃ (PTS. ii. 236).

Kinh 3. Nhất pháp 一法 (1).

* Pāḷi, không có tương đương.

Kinh 4. Nhất pháp 一法 (2).

* Pāḷi, không có tương đương.

Kinh 5. Tâm trung sở niệm 心中所念 (1)

* A I. 43 (PTS. i. 18).

Kinh 6. Tâm trung sở niệm 心中所念 (2)

* A I. 44 (PTS. i. 18).

Kinh 7. Nhất pháp 一法 (3).

* A.I. 1 (PTS. i.1).

Kinh 8. Nhất pháp 一法 (4).

* A I. 1 (PTS. i.2).

Kinh 9. Nhất pháp 一法 (5).

* A I. 11 (PTS. i.3).

Kinh 10. Nhất pháp 一法 (6).

* A I. 16 (PTS. i.4).

Phẩm 10: Hộ tâm 護心

Kinh 1. Hành không phóng dật (1) 無放逸行

* It. 23 Ubhayatthasuttaṃ.

Kinh 2. Hành không phóng dật (1) 無放逸行 （2）

* Pāḷi, không có tương đương.

Kinh 3. Đàn-việt (1) 檀越施主

* Pāḷi, không có tương đương.

Kinh 4. Đàn-việt (2) 檀越施主

* Pāḷi, không có tương đương.

Kinh 5. Bố thí kẻ nghèo 布施貧乏

* Pāḷi, không có tương đương

Kinh 6. Quả báo bố thí 布施之報

* Ig. 26. Dānasuttaṃ (PTS. .

Kinh 7. Chớ sợ phước báo 莫畏福報

* Pāḷi, không có tương đương.

Kinh 8. Công đức phước nghiệp 功德福業

* Pāḷi, không có tương đương.

Kinh 9. Tâm không chí tín 心無篤信

* Pāḷi, không có tương đương.

Kinh 10. Một Con Người 一人

* Pāḷi, không có tương đương.

Phẩm 11: Bất hoàn 不還

Kinh 1. Diệt một pháp (1) 滅一法

* It. 1 (PTS. 1)

Kinh 2. Diệt một pháp (2) 滅一法

* It. 2 Dosasuttaṃ.

Kinh 3. Diệt một pháp (3) 滅一法

* It. 3 Mohasuttaṃ.

Kinh 4. Xả li một pháp 捨離一法

* Pāḷi không có tương đương.

Kinh 5. Không thấy một pháp (1) 不見一法

* A I. 29 (PTS i. 7).

Kinh 6. Không thấy một pháp (2) 不見一法

* A I. 30 (PTS i. 7).

Kinh 7. Vọng ngữ (1) 妄語

* S 17. 3-20 Suvaṇṇanikkhasuttādi-aṭṭhakaṃ.

Kinh 8. Vọng ngữ (2) 妄語

* S 17. 3-20 Suvaṇṇanikkhasuttādi-aṭṭhakaṃ.

Kinh 9. Đề-bà-đạt-đa 提婆達兜

* Pāḷi, không có tương đương.

Kinh 10. Nhất nhân 一人

* Pāḷi, không có tương đương.

Phẩm 12: Nhất nhập đạo 一入道

Kinh 1. Nhất nhập đạo 一入道 ~ M. 10. Satipaṭṭhāna.

 * M 10 Mahāsatipaṭṭhānasuttaṃ (PTS. i. 56).

Kinh 2. Đố kỵ đồng phạm hạnh 憎嫉梵行人

 * Pāḷi, không có tương đương.

Kinh 3. Phước điền đệ nhất 福田第一

 * Pāḷi, không có tương đương.

Kinh 4. Người nuôi bệnh 瞻視病者

 * Pāḷi, không có tương đương.

Kinh 5. Tán thán a-lan-nhã 歎譽阿練若

 * Pāḷi, không có tương đương.

Kinh 6. Đại Ca-diếp 大迦葉

 * S 16.5 Jiṇṇasuttaṃ (PTS. ii.203).

Kinh 7. Lợi dưỡng quá nặng (1) 利養甚重

 * Pāḷi, không có tương đương.

Kinh 8. Đề-bà-đạt-đa 提婆達兜

 * Pāḷi, không có tương đương.

Kinh 9. Lợi dưỡng quán nặng (2) 利養甚重

 * S 17. Chavisuttaṃ (PTS. ii. 238).

Kinh 10. Thọ nhận lợi dưỡng (1) 受人利養

* Pāḷi, không có tương đương.

Phẩm 13: Lợi dưỡng 利養

Kinh 1. Thọ nếm dục hận lợi dưỡng (1) 受人利養

* Pāḷi, không có tương đương.

Kinh 2. 味欲

* Pāḷi, không có tương đương.

Kinh 3. Chôn con một 喪一子

* M 87 Piyajātikasuttaṃ (PTS. ii.106).

Kinh 4. Na-ưu-la 那憂羅

* S 22.1 Nakulapitusuttaṃ

* TN 26(216).

* TN. 91.

Kinh 5. Tôn-đà-lợi 孫陀利

* M. 7. Vatthūpama.

* TN. 26(93).

* TN. 51.

* TN. 99(1185).

* TN. 100(99).

Kinh 6. Thích Đề-hoàn-nhân (1) 釋提桓因

* S. 11. 16 Yajamānam (PTS. ii. 233).

Kinh 7. Thích Đề-hoàn Nhân 釋提桓因

Phẩm 14: Ngũ giới 五戒

Kinh 1. Sát sanh 殺生

* Pāḷi, khôngcó tương đương.

Kinh 2. Không sát sanh 不殺生

* Pāḷi, không.

Kinh 3. Trộm cướp 劫盜

* Pāḷi, không.

Kinh 4. Hành bố thí 行布施

* Pāḷi, không.

Kinh 5. Tà dâm 居家姦婬

* Pāḷi, không.

Kinh 6. Không tà dâm 不他婬

Kinh 7. Vọng ngữ 妄語

* Pāḷi, không.

Kinh 8. Không vọng ngữ 不妄語

* Pāḷi, không.

Kinh 9. Uống rượu 飲酒

* Pāḷi, không.

Kinh 10. Không uống rượu 不飲酒

* Pāḷi, không.

Thiên HAI PHÁP 二法

Phẩm 15: Hữu vô 有無品

Kinh 1 – 2.

* Pāḷi, không có tương đương.

Kinh 3. Pháp thí & tài thí 法施 財施

* A II. 142 (PTS. i. 92).

Kinh 4. Pháp nghiệp & tài nghiệp 法業 財業

* A II. 143 (PTS. i. 92).

Kinh 5-10.

* Pāḷi, không có tương đương.

Phẩm 16: Hỏa diệt 火滅

Kinh 1. Nan-đà 難陀.

* thk. Theragāthā. IV. 279.

Kinh 2. Niết-bàn giới 涅槃界

* It. 44. Nibbānadhātusuttaṃ.

Kinh 3. Người dụ như quạ 人喻如烏

* Pāli, không có tương đương.

Kinh 4. Người như lừa 人像驢

* A III. 83 Gadrabhasuttaṃ (PTS. i. 230).

Kinh 5-10:

* Pāḷi, không có tương đương.

Phẩm 17: An-ban 安般

Kinh 1. La-vân (La-hầu-la) 羅雲

* M. 62. Mahārāhulovādasuttaṃ (PTS. i. 421)

Kinh 2. Hai Người 二人

* A II. 54 (PTS. i. 77).

Kinh 3-4:

* Pāli, không có tương đương.

Kinh 5. Tà kiến 邪見

* A I. 306 Sammādiṭṭhika (PTS. i. 32).

Kinh 6. Chánh kiến 正見

* A I. 307 Micchādiṭṭhika (PTS. i. 32).

Kinh 7. Ái dục tưởng 欲愛想

* Pāḷi, không có tương đương.

Kinh 8. Quán ác tri thức 觀惡知識

* thk. A. v. 31, phần kệ tụng.

* No. 26(148) Kinh Hà khổ 何苦經 T01n0026, tr. 660a16.

Kinh 9. Tri thức thiện ác 善知識 惡知識

* M. 113 Sappurisasuttaṃ (PTS. iii. 38).

Kinh 10.

* Pāḷi, không có tương đương.

Knh 11. Quốc vương không như pháp 國王不如法

* A IV. 70 Adhammikasuttaṃ (PTS. ii. 75)

Phẩm 18: Tàm quí 慙愧

Kinh 1. Hữu tàm hữu quý 有慚有愧

* A II. 9. Cariyasuttaṃ (PTS. i. 52).

Kinh 2.

* Pāḷi, không có tương đương.

Kinh 3. Thừa tự pháp 常當法施

* M. 3. Dhammadāyāda (PTS. i. 13).

Kinh 4-5.

* Pāḷi, không có tương đương.

Kinh 6. Nan-đà (11) 難陀

* S. 21. 8. Nandasuttaṃ (PTS. ii. 281).

Kinh 7. Nan-đà (2) 難陀

* Ud. 22 Nandasuttaṃ.

Kinh 8.

* Pāḷi, không có tương đương.

Kinh 9. Phi pháp pháp 非法言 法

* A I. 130 adhammaṃ dhammoti (PTS. i. 19).

Kinh 10. Đáng khen không đáng khen 應稱譽不應稱

* A II. 135 avaṇṇārahassa vaṇṇaṃ (PTS. i. 90).

Phẩm 19: Khuyến thỉnh 勸請

Kinh 1. Phạm thỉnh 梵請

* S. 6. 1 Brahmāyācanasuttaṃ (PTS. i. 136).

Kinh 2. Nhị sự 二事

* S. 56. 11. Dhammacakkappavattanasuttaṃ (PTS. v. 421).

Kinh 3. Đoạn ái 斷愛

* M. 37. Cūḷataṇhāsaṅkhayasuttaṃ (PTS. i. 252).

Kinh 4. Không sợ sấm sét 霹靂無有恐怖

* A II. 60 phalantiyā na santasanti (PTS. i. 78).

Kinh 5 – 8.

* Pāḷi, không có tương đương.

Kinh 9. Ma-ha Ca-chiên-diên 摩訶迦遮延

* A II. 38. Mahākaccāno (PTS. i. 66).

Kinh 10.

* Pāḷi, không có tương đương.

Kinh 11. Ám-bà-bà-lị 闇婆婆利

* D 16. Mahāparinibbānasuttaṃ: Ambapāligaṇikā (PTS. ii. 96).

Phẩm 20: Thiện tri thức

Kinh 1-4.

* Pāḷi, không có tương đương.

Kinh 5. Biết trả ơn 知反復

* A II. 33 akataññū (PTS. i. 62).

Kinh 6.

* Pāḷi, không có tương đương.

Kinh 7. Chỉ quán 止與觀

* A II 32 samatho ca vipassanā (PTS. i. 62)

Kinh 8-10.

* Pāḷi, không có tương đương.

Kinh 11. Không thể báo đáp 不可得報

* A II 34 na suppatikàraṃ (PTS. ii. 62).

Kinh 12-13.

* Pāḷi, không có tương đương.

Thiên BA PHÁP 三法

Phẩm 21: Tam Bảo 三寶

Kinh 1. Đức tam quy 三自歸之德

* A IV. 34. Aggappasādasuttaṃ (PTS. ii. 35).

Kinh 2. Ba phước nghiệp 三福業

* thk. A IV. 32 Saṅgahasuttaṃ, phần kệ tụng (PTS. ii. 33).

Kinh 3. Ba nhân duyên 三因緣

* thk. M. 38. Mahātaṇhāsaṅkhayasuttaṃ (PTS.i 266).

Kinh 4. Ba an xứ 安三處

* A III. 75 Nivesakasuttaṃ (PTS. i. 223).

Kinh 5. Cù-ba-li 瞿波離

* S. 6. 10. Kokālikasuttaṃ (PTS. i. 149).

Kinh 6. Hiện pháp khoái lạc 現法快樂

* A III. 16 Apaṇṇakasuttaṃ (PTS. i. 114)

Kinh 7. Ba đại hoạn 三大患

* A. X 108 Tikicchakasuttaṃ (PTS. v. 218).

Kinh 8. Ba ác hành 三惡行

* It. 64-65 Caritasuttaṃ (PTS. 55).

Kinh 9. Khổ ấm 苦陰

* M. 13. Mahādukkhakkhandhasuttaṃ (PTS. i. 84).

* TN. 26(99).

* TN. 53.

Kinh 10.

* Pāḷi, không có tương đương.

Phẩm 22: Tam cúng dường 三供養品

Kinh 1-3.

* Pāḷi, không có tương đương.

Kinh 4. An ba xứ 安三處

* A III. 76 Nivesakasuttaṃ (PTS. i. 223).

Kinh 5. Ba hữu vi tướng 三有相

* A III. 47 Saṅkhatalakkhaṇasuttaṃ (PTS. i. 153).

Kinh 6. Ba tướng người ngu 愚人三相

* A III. 2 Lakkhaṇasuttaṃ (PTS. i. 102).

Kinh 7-8.

* Pāḷi, không có tương đương.

Kinh 9. Ba sự đọa ác thú 三事入三惡趣

* A III. 130 Anuruddhasuttaṃ (1) (PTS. i. 282).

Kinh 10. Ba sự không biết chán 三法不知厭

* A III. 109 Atittisuttaṃ (PTS. i. 262)

Phẩm 23: Địa chủ 地主品

Kinh 1-2.

* Pāḷi , không có tương đương.

Kinh 3. Nhị Thập Ức Nhĩ 二十億耳

* A VI. 55. Soṇasuttaṃ (PTS. iii. 375).

* TN. 26(123).

* TN. 99(254).

Kinh 4. Kinh con 無有子

* S 3. 20. Aputtakasuttṃ (2) (PTS. i. 92).

Kinh 5. Hương ngược gió 逆順香

* A III. 79. Gandhajātasuttaṃ (PTS. i. 226).

Kinh 6-9.

* Pāḷi, không có tương đương.

Kinh 10. Ba quán tưởng 三觀想

* It. 87 Andhakaraṇasuttaṃ (PTS. 83).

Phẩm 24: Cao tràng phẩm 高幢品

Kinh 1. Cây phướn Đế Thích 高幢

* S 11. 3. Dhajaggasuttaṃ (PTS. i. 219).

Kinh 2-3.

* Pāḷi, không có tương đương.

Kinh 4. Đất đầu móng tay 爪上土T02n0125, tr. 617b21

* S 22. 97. Gomayapiṇḍasuttaṃ (PTS. iii. 144)'

Kinh 5. Năm Tì-kheo 五比丘

* Vinaya, Mv. I. 6, PTS. i. 8 tt.

Kinh 6. Ba tri pháp 三齋法

* A III. 36. Catumahārājasuttaṃ (PTS. i. 143) & A III. 71. Uposathasuttaṃ (PTS. i. 206).

Kinh 7. Ba sự hiện tiền 現在前

* A III. 41 Sammukhībhāvasuttaṃ (PTS. i. 151).

Kinh 8. Thanh Câu-thâm 拘深城

* M. 48. Kosambiyasuttaṃ (PTS. i. 322) & M. 128. Upakkilesasuttaṃ (PTS. iii.153) & Jātaka 428.

* TN. 26(72).

Kinh 9. Ba kết 三結使

* Pāḷi, không có tương đương.

Kinh 10. Ba tam-muội 三三昧

* A III. 184 Rāgapeyyālaṃ (PTS. i. 299).

Thiên BỐN PHÁP 四法

Phẩm 25: Tứ đế phẩm 四諦品

Kinh 1. Tứ đế 四諦

* ~ S. 56. 21 Koṭigāmasuttaṃ (1) (PTS. v. 432).

Kinh 2. Nhiêu ích 饒益

* Pāḷi, không có tương đương.

Kinh 3. Bốn vị tằng hữu 四未曾有

* A IV. 128. Acchariyasuttaṃ (2) (PTS. ii. 132).

Kinh 4. Gánh nặng 擔因緣

* S. 22. 22. Bhārasuttaṃ (PTS. iii. 36).

Kinh 5. Tứ sinh 四生

* Pāḷi, không có tương đương.

Kinh 6. Nội kết 內結

* M. 5. Anaṅgaṇasuttaṃ (PTS. i. 25)

* TN. 26(87).

* TN. 49.

Kinh 7. Bốn loại quả 四果

* A IV. 105 Ambasuttaṃ (PTS. ii. 107).

Kinh 8. Gió tùy-lam 隨嵐風

* A 17.9 Verambhasuttaṃ (PTS. ii. 232).

Kinh 9. Bốn loại chim 四鳥

* Pāḷi, không có tương đương.

Kinh 10. Bốn loại mây 四種雲

* A IV. 102. Valāhakasuttaṃ (2) (PTS. ii. 103).

Phẩm 26: Tứ ý đoạn 四意斷品

Kinh 1-4. Bốn ý đoạn 四意斷

* thc. S 3. 17 Appamādasuttaṃ (PTS. i. 86).

Kinh 5. Bốn nhân cách 四種人

* S 3. 21. Puggalasuttaṃ (i. 94).

* TN. 127.

Kinh 6. Già-bệnh-chết 老病死 T02n0125, tr. 637b18

* S 3. 3. Jarāmaraṇasuttaṃ (PTS. i. 70).

Kinh 7. Suy lão 衰老

* S 3. 22. Ayyikāsuttaṃ (PTS. i. 97).

* TN. 99(1227).

* TN. 100(54).

* TN. 122.

Kinh 8. Bốn pháp bổn mạt 四法本末

* thc. AIV. 185. Brāhmaṇasaccasuttaṃ (PTS. ii. 177).

* TN. 99(972).

* TN. 100(206).

Kinh 9.

* Pāḷi, không có tương đương.

Kinh 10. Bà-ca-lê 婆迦棃

* S 22. 87. Vakkalisuttaṃ (PTS. iii. 120)

* No. 99(1265).

Phẩm 27: Đẳng thú tứ đế 等趣四諦品

Kinh 1. 四諦

* M.141. Saccavibhaṅgasuttaṃ (PTS. iii. 248).

* TN. 26(31).

* TN. 32.

Kinh 2. Một cứu cánh 一究竟

* M 11. Cūḷasīhanādasuttaṃ (PTS. i. 64)

* TN. 26(103).

Kinh 3. 毗羅摩

* A IX. 20. Velāmasuttaṃ (PTS. 393).

* TN. 26(155).

* TN. 72.

* TN. 74.

Kinh 4-5.

* Pāḷi, không có tương đương.

Kinh 6. Bốn vô sở úy 四無所畏

* A IV. 8. Vesàrajjasuttaṃ (PTS. ii.9).

Kinh 7. Bốn hạng thông minh 四人聰明

* A IV. 7. Sobhanasuttaṃ (PTS. ii. 9)

Kinh 8. Bốn loại kim sí điểu 四種金翅鳥

* S 30. 1S uddhikasuttaṃ (PTS. iii. 2470

Kinh 9-10.

* Pāḷi, không có tương đương.

Phẩm 28: Thanh văn 聲聞品

Kinh 1.

* Pāḷi, không có tương đương.

Kinh 2. Bốn lớp mù 四重翳

* A IV. 50. Upakkilesasuttaṃ (PTS. ii. 53).

Kinh 3. Thủ 手 ~ A Iii. 34. Hatthi.

Kinh 4 .

 * Pāḷi, không có tương đương.

Kinh 5. Bốn đại nghĩa 四大廣義

 * A IV. 180. Mahāpadesasuttaṃ (PTS. ii. 168).

Kinh 6.

 * Pāḷi, không có tương đương.

Kinh 7. Nhu nhuyễn sa-môn 柔軟沙門

 * A IV. 88. Saṃyojanasuttaṃ (PTS. ii. 89).

Phẩm 29: Khổ lạc苦樂品

Kinh 1-5.

 * Pāḷi, không có tương đương.

Kinh 6. Bốn bất khả tư nghị 四不可思議

 * A IV. 77. Acinteyyasuttaṃ (PTS. ii. 81).

Kinh 7. Bốn thần túc 四神足

 * S 51 Pubbasuttaṃ (PTS. v. 264).

Kinh 8. Bốn ái sanh 四愛起-Từ ái khởi

 * A IV. 9 Taṇhuppādasuttaṃ (PTS. ii. 10).

Kinh 9-10.

 * Pāḷi, không có tương đương.

Phẩm 30: Phẩm Tu-đà 須陀品

Kinh 1-2.

* Pāḷi, không có tương đương.

* TN. 128.

* TN. 129.

Phẩm 31: Tăng thượng 增上品

Kinh 1. Người khuyên đạo 作獎導

* M 4. Bhayabheravasuttaṃ (PTS. i. 17).

Kinh 2.

* Pāḷi, không có tương đương

Kinh 3. Bốn hành tích 四事行跡

* A IV. 162 Vitthārasuttaṃ (PTS. ii. 150).

Kinh 4. Phi không phi hải 非空非海中 T02n0125, tr. 668b26

* Dhp. 127-128.

* No. 131.

Kinh 5.

* Pāḷi, không có tương đương.

Kinh 6. Bốn rắn độc 四大毒蛇

* S. 35. 198. Āsīvisopamasuttaṃ (PTS. iv. 173)

Kinh 7.

* Pāḷi, không có tương đương.

Kinh 8. Thiền 禪

* M 12. Mahāsīhanādasuttaṃ (PTS. i. 68).

Kinh 9. Bốn hữu lậu 四流法

* S 1. 11 Nandanasuttaṃ (PTS. i. 6).

Kinh 10.

* Pāḷi, không có tương đương.

Kinh 11. Không tranh luận 無諍訟.

* thc. Ovādasuttaṃ (PTS. ii. 202).

* Th. 99(1138).

Thiên NĂM PHÁP 五法

Phẩm 32: Thiện tụ 善聚品

Kinh 1. Tụ thiện 善聚

* S 48. 3. Sotāpannasuttaṃ (2) (PTS. v. 194). A V. 2. Vitthatasuttaṃ (PTS. iii. 2)

Kinh 2. Tụ bất thiện 不善聚 ~ A V. 52. Akusalaràsisuttaṃ (PTS. iii. 65).

Kinh 3. Công đức lễ Phật 禮佛有五事功德

* Pāḷi, không có tương đương

Kinh 4. Thiên sứ 天使

* M 130. Devadūtasuttaṃ (PTS. iii. 179).

* TN. 26(4).

* TN. 42.

* TN. 43.

Kinh 5. Thọ tuế (Tự tứ) 受歲

* S 6. 7. Pavāraṇāsuttaṃ (PTS. I 191). 76. Pavāraṇā.

* TN. 26(121) 26(4).

* TN. 61.

* TN. 62.

* TN. 63.

* TN. 99(1212).

* No. 100(228).

Kinh 6.

* Pāḷi, không có tương đương

Kinh 7. Văn-trà vương 文荼王

* A V. 50. Nāradasuttaṃ (PTS. iii. 58).

Kinh 8. Bệnh khó lành (1) 病不差

* A V. 124. Upaṭṭhākasuttaṃ (1) (PTS. iii. 144).

Kinh 9. Bệnh khó lành (2) 病不差

* A V. 124. Upaṭṭhākasuttaṃ (@) (PTS. iii. 144)

Kinh 10. Công đức bố thí 惠施五功德

* A V. 34. Sīhasenāpatisuttaṃ (PTS. iii. 39).

Kinh 11. Công đức bố thí (2) 惠施五功德

* A V. 37. Bhojanasuttaṃ (PTS. iii. 42)

* TN. 132.

Kinh 12. Thí đúng thời 應時之施

* A V. 36. Kāladānasuttaṃ (PTS. iii. 42).

Phẩm 33: Ngũ vương五王品

Kinh 1. Năm Vua 五王

* S III. 2. Pañcarājasuttaṃ (PTS. i. 80).

Kinh 2. Nguyệt Quang月光

* Pāli, không có tương đương.

Kinh 3-4. Chiến đấu 戰鬪

* A V. 75-76 Yodhājīvasuttaṃ (PTS. iii. 90).

Kinh 5-6.

* Pāli, không có tương đương.

Kinh 7. Rong chơi 長遊行

* A V. 221. Dīghacārikasuttaṃ (PTS. iii. 258).

Kinh 8-9. Khứ trụ

* Pāli, không có tương đương

Kinh 10. Đống lửa lớn 大樹火所燒

* A VII. Aggikkhandhopamasuttaṃ (PTS. iv. 128).

* TN. 26(5).

Phẩm 34: Đẳng kiến等見品

Kinh 1. Tư duy năm thủ uẩn 思惟五盛陰

* S 22. 122 Sālavantasuttaṃ (PTS. iii. 168).

Kinh 2.

* Pāli, không có tương đương.

Kinh 3. Năm điềm báo chết 五瑞應現前

* It. 83. Pañcapubbanimittasuttaṃ (PTS. 77).

Kinh 4.

* Pāli, không có tương đương.

Kinh 5.

* Pāli, không có tương đương.

* TN. 133.

Kinh 6. Năm điều không thể được 五事不可得

* A V. 48. Alabbhanīyaṭhānasuttaṃ (PTS. iii. 55)

Kinh 7.

* Pāli, không có tương đương.

Kinh 8. Tì-ma-chất-đa-la 毘摩質多羅

* S 11. 14. Vepacittisuttaṃ (PTS. i. 221).

Kinh 9-10.

* Pāli, không có tương đương.

Phẩm 35: Tà tụ 邪聚品

Kinh 1-6.

* Pāli, không có tương đương

Kinh 7. Ti-xá-la-tiên毘舍羅先

* S 7. 13 Devahitasuttaṃ (PTS. i. 175).

Kinh 8.

* Pāli, không có tương đương.

Kinh 9. Đa-kì-xa多耆奢

* S 8. 4 Ānanda*suttaṃ* (PTS. i. 189).

Kinh 10. Tăng-già-ma僧迦摩

* Ud 8.8. Saṅgāmajisuttaṃ (PTS, 6).

* No. 134.

Phẩm (36): Thính pháp聽法品

Kinh 1. Thứ tự thừa thọ 承受次第

* A V. 202. Dhammassavanasuttaṃ (PTS. iii. 248).

Kinh 2.

* Pāli, không có tương đương.

Kinh 3. Năm công đức dương chi 楊枝功德

* A V. 208. Dantakaṭṭhasuttaṃ (PTS. iii. 251).

Kinh 4-5.

* Pāli, không có tương đương.

Thiên SÁU PHÁP 六法

Phẩm 37: Lục trọng六重品

Kinh 1. Sáu pháp khả ái 六重法.

* A VI 12. Sāraṇīyasuttaṃ (2) (PTS. lll. 290).

Kinh 2. Vua A=lô-na-oa-để 阿盧那哇

* thc. S. 6. 14 Aruṇavatīsuttaṃ (PTS. i. 155).

Kinh 3. Vườn Ngưu sư tử 牛師子園

* M 32. Mahāgosiṅgasuttaṃ (PTS. i. 212)

* TN. 26(184).

Kinh 4.

* Pāli, không có tương đương.

Kinh 5. Giới cụ túc戒德具足.

* A VIi. 2. Dutiyasāraṇīyasuttaṃ (2) (PTS. iii. 290)

Kinh 6. Xá-lợi-phất舍利弗

* A IX. 11. Siv. 374). Sīhanādasuttaṃ (PTS).

Kinh 7.

* Pāli, không có tương đương.

Kinh 8. Ý dục hà cầu意欲何求.

* AVI . 52. Khattiyasuttaṃ (PTS. iii. 363).

* TN. 26(149).

Kinh 9. Phi phạm hạnh非梵行.

* A VII 50. Methunasuttaṃ (PTS. iv. 55).

Kinh 10. Tát-giá Ni-kiền Tử薩遮尼健子.

  * M 35. Cūḷasaccakasuttaṃ (PTS. . 228).

Phẩm 38: Lực品

Kinh 1. Sáu lực phàm 六凡常力

  * A. viii. 27. Balasuttaṃ (1) (PTS. iv. 224).

Kinh 2.

  * Pāli, không có tương đương.

Kinh 3. Ưu-ca-chi 憂迦支

  * A IV. 36 Doṇasuttaṃ (PTS. ii. 36).

  * TN. 99(101).

  * 100(267).

Kinh 4. Cựu thành 舊城

  * S 12. 65. Nagarasuttaṃ (PTS. ii. 105).

Kinh 5.

  * Pāli, không có tương đương..

Kinh 6. Ương-quật-ma鴦掘魔

  * M 86. Aṅgulimālasuttaṃ (PTS. ii. 98).

  * TN. 99(1077).

  * TN. 100(16).

  * TN. 118-120.

Kinh 7. Bích-chi-phật辟支佛

* M 116. Isigilisuttaṃ (PTS. iii. 68).

Kinh 8. Phân biệt sáu xứ 分別六入

* S. 35. 206. Chappāṇakopamasuttaṃ (PTS. iv. 198).

Kinh 9.

* Pāli, không có tương đương.

Kinh 10. Như Lai sáu công đức如來六功德

* M 89 Dhammacetiyasuttaṃ (PTS. ii. 118).

Kinh 12.

* Pāli, không có tương đương.

Thiên BẢY PHÁP 七法

Phẩm 39: Đẳng pháp等法品

Kinh 1. Bảy tri pháp 七知法

* A VII. 64. Dhammaññūsuttaṃ (PTS. iv. 114).

* No. 26(1).

* No. 27.

Kinh 2. Trú độ thọ 晝度樹

* A VII. 65. Pāricchattakasuttaṃ (PTS. iv. 116).

* TN. 26(2).

* TN. 28.

Kinh 3. Bảy thí dụ nước 七事水喻

　　*A VII. 15. Udakåpamàsuttaṃ (PTS. iv. 12).

　* TN. 26(4).

　* TN. 29.

Kinh 4. Bảy pháp trị nước 七法治化

　* A VI. 63. Nagaropamasuttaṃ (PTS. iv. 107).

　* 26(3).

Kinh 5. Bảy thức trụ 七神止處

　* A IV. 44 Sattaviññāṇaṭṭhitisuttaṃ (PTS. iv. 40)

Kinh 6. Bảy giác chi 七覺意

　* S 46. 16 Tatiyagilānasuttaṃ (PTS. v. 81).

Kinh 7. Chuyển luân vương (1) 轉輪聖王

　* S. 46. 42. Cakkavattisuttaṃ (PTS. v. 00)..

　* TN. 26(58).

　* TN. 38.

　* TN. 99(721).

Kinh 8. Chuyển luân vương (2) 轉輪聖王

　* M 129 Bālapaṇḍitasuttaṃ (PTS. iii. 172).

Kinh 9. Đêm bốc khói ngày bốc lửa 夜烟晝=火

　* M 23 Vammikasuttaṃ (PTS. (PTS. i. 143)M 129.

Kinh 10. Bảy cỗ xe 七乘車

* M. 24. Rathavinītasuttaṃ (PTS. i. 146).

* TN. 26(9).

Phẩm 40: Thất nhật 七日品

Kinh 1. Bảy mặt trời

* A VII. 62. Sattasūriyasuttaṃ (PTS. iv. 100).

* TN. 26(8).

* TN. 30.

Kinh 2. Bảy pháp bất thối 七不退轉法

* M 16 Mahāparinibbānasuttaṃ PTS. ii. 73 Vassakāra)..

* TN 26 (142).

Kinh 3. Bảy tùy miên 七使

* A VII. 12 Anusayasuttaṃ (2) (PTS. iv. 10)

Kinh 5.

* Pāli, không có tương đương.

Kinh 6. Tịnh các lậu 淨諸漏法

* M. 2. Sabbāsavasuttaṃ (PTS. i. 2).

* TN. 26(10).

* TN. 31.

Kinh 7.

* Pāli, không có tương đương.

* TN. 26(7).

Kinh 8. Tu niệm tử 行死想

* A VIII. 73 Maraṇassatisuttaṃ (1) (PTS. iv. 317).

Kinh 9. Pháp môn mật ngọt 蜜丸法門

* M 18. Madhupiṇḍikasuttaṃ (PTS. 109).

* TN. 26(115).

Kinh 10. Pháp vị cam lồ 甘露法味

* M 18. Madhupiṇḍikasuttaṃ (PTS. 109).

Phẩm 41: Mạc úy 莫畏品

Kinh 1. Một giọt nước 一渧水

* S. 55. 21. Mahānāmasuttaṃ (2) (PTS. v. 372).

Kinh 2.

* Pāli, không có tương đương.

Kinh 3. Bảy xứ thiện 七處之善

* S. 22. 57. Sattaṭṭhānasuttaṃ (PTS. iii. 62).

Kinh 4-5.

* Pāli, không có tương đương.

Thiên TÁM PHÁP 八法

Phẩm 42: Bát nạn 八難品

Kinh 1. Tám thời khó nghe pháp 八不聞時節

* A. viii. 29. Akkhaṇasuttaṃ (PTS. iv. 26).

* TN. 26(124).

Kinh 2.

* Pāli, không có tương đương.

Kinh 3. Bốn niệm trụ 察四處

* D. 18. Mahāparinibbānasuttaṃ (PTS. ii. 295)

* TN. 135.

* TN. 136.

Kinh 4. Biên 8 vị tằng hữu海八未曾有

* A VIII. 19. Pahārādasuttaṃ (PTS. iv. 198).

* TN. 26(35).

Kinh 5. Địa động 地動

* A VIII. 70. Bhūmicālasuttaṃ(PTS. iv. 309) . (10-19).

* TN. 26(36).

Kinh 6. Bát đại nhân bát niệm 大人八念

* A VIII. 30. Anuruddhamahāvitakkasuttaṃ (PT. iv. 229).

* No. 26(74).

* No. 46.

Kinh 7. Tám bộ chúng 八部之眾

* A VIII. 69. Parisāsuttaṃ (PTS. iv. 308).

Kinh 8.

* Pāḷi, không có tương đương'

Kinh 9. Thiện nam tử 善男子

* A VIII. 37. Sappurisadānasuttaṃ (PTS. iv. 244).

Kinh 10.

* Pāḷi, không có tương đương.

Phẩm 43: Mã Huyết thiên tử 馬血天子品

Kinh 1. Mã Huyết 馬血

* S 2. 26 Rohitassasuttaṃ (PTS. I 62).

* A IV. 45 Rohitassasuttaṃ (PTS. ii. 48).

Kinh 2. Tám trai pháp 八關齋法

* A VIII. 41. Saṅkhittūposathasuttaṃ (1) (PTS. iv. 249).

Kinh 3. Khúc gỗ trôi sông 木水所漂

* S. 35. 200/ 241. Dārukkhandhopamasuttaṃ (1) (PTS. iv. 180).

Kinh 4. Đề-bà-đạt-đa 提婆達兜

* M. 29. Mahāsāropamasuttaṃ (PTS. I 192).

Kinh 5.

* Pāḷi, không có tương đương.

Kinh 6. Mục ngưu 牧牛人

* M. 34. Cūḷagopālakasuttaṃ (PTS. i. 225).

* TN. 99(1248).

Kinh 7. Vô căn tín 無根信

* D 2. Sāmaññaphalasuttaṃ (PTS. i. 48).

* TN. 1(27).

* TN. 22.

Kinh 8. Thế pháp 世法

* A VIII. 5. Lokadhammasuttaṃ (PTS. iv. 157).

Kinh 9.

* Pāḷi, không có tương đương.

Kinh 10. Tám Bố-đặc-già-la Bát nhân 八人

* A VIII. 58 Puggalasuttaṃ (1) (PtS. i. iv 293).

Thiên CHÍN PHÁP 九法

Phẩm 44: Cửu chúng sinh cư 九眾生居品

Kinh 1. Chín hữu tình cư 九眾生居

* A IX. 24. Sattāvāsasuttaṃ (PTS. iv. 402).

Kinh 2. Tám trai pháp 八關齋法

* A VIII. 41 Saṅkhittūposathasuttaṃ (PTS. iv. 249).

Kinh 3. Khúc gỗ trôi sông (2)木水所漂

* S. 35. 241. Dārukkhandhopamasuttaṃ (2) (PTS. iv. 180).

Kinh 4. Đề-bà-đạt-đa 提婆達兜

* M 29 Mahāsāropamasuttaṃ (PTS. i. 192).

Kinh 5. Hệ phược 繫縛

* A VIII. 17. Bandhanasuttaṃ (1) (PTS. iv. 197).

Kinh 6. Nhất thiết pháp bổn 一切法本

* M 1 Mūlapariyāyasuttaṃ (PTS. i. 1).

Kinh 7.

* Pāḷi, không có tương đương.

Kinh 8. Chín hạng khả kính 九種人可敬

* A IX. 10. Āhuneyyasuttaṃ (PTS. iv. 181).

Kinh 9.

* Pāḷi, không có tương đương.

Kinh 10. Bán phạm hạnh 半梵行

* S 45. 2 Upaḍḍhasuttaṃ (PTS. v. 3).

Kinh 11. Hữu tình cư 眾生居處

* A IX. 24. Sattāvāsasuttaṃ (PTS. iv. 4020).

Phẩm 45: Mã vương馬王品

Kinh 1. Mã vương 馬王

* thk. ~ Jātaka. 196. Vālāhassa.

* TN. 26(136).

Kinh 2. Giáo giới tân tì-kheo 教誨後學比丘

* M 67. Cātumasuttaṃ (PTS. i. 457.

* No. 137.

Kinh 3. Thôn lạc trụ 村落住

* M 17 Vanapatthasuttaṃ (PTS. i. 105).

Kinh 4.

* Pāḷi, không có tương đương.

Kinh 5. Hành từ tâm 行慈心

* S 11. 22. Dubbaṇṇiyasuttaṃ (PTS. i. 238).

Kinh 6. Không tam-muội 行慈心

* M 151. Piṇḍapātapārisuddhisuttaṃ (PTS. iii. 294).

* TN. 99(236).

Kinh 7.

* Pāḷi, không có tương đương.

Thiên MƯỜI PHÁP 十法

Phẩm 46: Kết cấm結禁品

Kinh 1. Mục đích chế cấm giới 十事說禁戒

* A X. 31 Upālisuttaṃ (PTS. v. 71).

Kinh 2. Hiền thánh cư 賢聖居

* A X. 20. Ariyāvāsasuttaṃ (PTS. v. 30).

Kinh 3. Như Lai mười lực 如來十力

* A X. 21. Dasabalasuttaṃ (PTS. ii. 29).

Kinh 4. Bốn vô sở úy 四無所畏

* M 12 Mahāsīhanādasuttaṃ (PTS. i. 168).

Kinh 5.

* Pāḷi, không có tương đương.

Kinh 6. Mười phi pháp nước gần 親國十法

* A X. 45. Rājantepurappavesanasuttaṃ (PTS. v. 82)

Kinh 7.

* Pāli, không có tương đương.

Kinh 8. Mười đại luận 十論

* A X. 27 Mahāpañhāsuttaṃ(1) (PTS. v. 49).

Kinh 9. Mười tưởng 十想

* A X. 57. Saññāsuttaṃ (PTS. v. 106).

Kinh 10.

* Pāḷi, không có tương đương.

Phẩm 47: Thiện ác 善惡品

Kinh 1-3.

* Pāḷi, không có tương đương.

Kinh 4. Luận nghĩa 論義

* A X. 76 Kathāvatthusuttaṃ (PTS. v. 129).

Kinh 5. Lân quốc mười phi pháp 親國十非法.

* A X. Rājantepurappavesanasuttaṃ (PTS. v. 82).

Kinh 6-7.

 * Pāḷi, không có tương đương.

Kinh 9. Mười tưởng (2) 十想

 * A X. 57. Saññāsuttaṃ (PTS. v. 106).

Kinh 10.

 * Pāḷi, không có tương đương.

Phẩm 48 : Thập bất thiện十不善品

Kinh 1.

 * Pāḷi, không có tương đương.

Kinh 2. Thuyết giới 說禁戒

 * A VIII. Uposathasuttaṃ (PTS. iv. 205).

Kinh 3-5.

 * Pāḷi, không có tương đương.

Kinh 6. Hai quỷ 二鬼

 * Ud. 34. Yakkhapahārasuttaṃ (PTS. 40).

Thiên MƯỜI MỘT PHÁP 十一法

Phẩm 49: Mục ngưu牧牛品

Kinh 1. Phép căn bò 放牛法.

 * M 33. Mahāgopālakasuttaṃ (PTS. i. 220).

 * A XI. 17 Gopālasuttaṃ (PTS. v. 348).

Kinh 2.

* Pāḷi, không có tương đương.

Kinh 3. Kinh hành 經行

* S 14. 15 Caṅkamasuttaṃ (PTS. ii. 156).

Kinh 4.

* Pāḷi, không có tương đương.

Kinh 5. Pháp nhân duyên 因緣之法

* S 12. 2. Vibhaṅgasuttaṃ (PTS. ii. 3).

Kinh 6.

* Pāḷi, không có tương đương.

Kinh 7. Nhất tọa thực 一坐食

* M 65. Bhaddālisuttaṃ (PTS. i. 438).

* thc. M 66. Laṭukikopamasuttaṃ (PTS. i. 448).

Kinh 8. Hai hạng Sa-môn 二種沙門

* M 39 Mahāassapurasuttaṃ (PTS. i. 272).

Kinh 9.

* Pāḷi, không có tương đương.

Kinh 10. Từ tâm giải thoát 慈心解脫

* A XI. 16. Mettāsuttaṃ (PTS. v. 342).

* TN. 138.

Phẩm 50: Lễ Tam Bảo 禮三寶品

Kinh 1-3.

* Pāḷi, không có tương đương.

Kinh 4. Đại Thiên 大天

* M 83. Maghadevasuttaṃ (PTS. ii. 75).

* TN. 26(67).

Kinh 5.

* Pāḷi, không có tương đương.

Kinh 6. Quán tâm ý chúng sanh 觀察眾生心意

* M 12. Mahāsīhanādasuttaṃ (PTS. i. 68).

Kinh 7. Nhất tọa thực 一坐食

* M 65. Bhaddālisuttaṃ (PTS. i. 438).

Kinh 8. Dụ cái cưa 鋸子喻

* M 21. Kakacūpamasuttaṃ (PTS. i. 123).

* No. 26(193).

Kinh 9. Phân biệt kiếp số 分別劫數

* A IV 156 Kappasuttaṃ (PTS. ii. 143).

Kinh 10. Biên tế kiếp số 劫數邊際

* S 15. 20. Vepullapabbatasuttaṃ (PTS. ii. 191).

Phẩm 51: Phi thường 非常品

Kinh 1. Nước mắt 泣淚

* S 15. 3. Assusuttaṃ (PTS. ii. 180).

Kinh 2. Máu chảy 流血

  * S. 15. 13. Tiṃsamattasuttaṃ (PTS. ii. 188)..

Kinh 3.

  * Pāḷi, không có tương đương.

Kinh 4. Tâm năm tệ 心五弊

  * M 16. Cetokhilasuttaṃ (PTS. i. 101).

  * TN. 26(206).

Kinh 5. Năm công đức nghe pháp 聞法五功德

  * A V. Dhammassavanasuttaṃ (PTS. iii. 248).

Kinh 6. Không khởi loạn tưởng 不起亂想

  * S 35. 235. Ādittapariyāyasuttaṃ (PTS. iv. 169).

Kinh 7.

  * Pāli, không có tương đương.

  * TN. 140.

Kinh 8. Thăm bệnh Cấp Cô Độc 阿那邠祁

  * M 143. Anāthapiṇḍikovādasuttaṃ (PTS. .

  * TN. 26(28).

Kinh 9. Con dâu 兒婦

  * A VII. 59. Bhariyāsuttaṃ (PTS. iv. 92).

  * TN. 141.

  * TN. 142.

* No. 143.

Kinh 10.

* Pāli, không có tương đương.

Phẩm 52: Đại Ái Đạo Niết-bàn 大愛道涅槃品

Kinh 1.

* Pāli, không có tương đương.

* TN. 144.

* TN. 145.

Kinh 2.

* Pāli, không có tương đương.

Kinh 3. Sanh tử dài lâu 生死長遠

* S. 15. 6. Sāsapāsuttaṃ (PTS. ii. 183).

Kinh 4. Kiếp dài lâu 劫長遠

* S 15. 5. Pabbatasuttaṃ (PTS. ii. 182).

Kinh 5. Năm công đức nghe pháp 聞法五功德

* A V. 202 Dhammassavanasuttaṃ (PTS. iii. 248).

Kinh 6. Năm công đức bố thí 檀越五功德

* A V. 34. Sīhasuttaṃ (PTS. iii. 39).

Kinh 7-8.

* Pāli, không có tương đương.

Kinh 9.

* Pāli, không có tương đương.
* TN. 146.
* TN. 147.
* TN. 148.

II. ĐƠN HÀNH BẢN

No 126

Hán: *Phật thuyết A-la-hán cụ đức kinh* (1 quyển). Tống 宋 (Hàm bình 咸平 4. A.D. 1001), Pháp Hiền 法賢 dịch.

* No. 125(2-7)

No 127

Hán: *Phật thuyết Tứ nhân xuất hiện thế gian kinh* 佛說四人出 現世間經. Lưu Tống 劉宋 (Nguyên Gia 元嘉 12-20. A.D.435-443), 1 quyển, Cầu-na-bạt-đà-la 求那跋陀羅 dịch.

* No. 125(26. 5)

No 128

Hán: *Tu-ma-đề nữ kinh* 須摩提女經. Ngô 吳 (Hoàng Vũ 黃武 2 - Kiến Hưng 建興 2. A.D. 223-253), 1 quyển, Chi Khiêm 支謙 dịch.

* No. 129.

* No. 125(30. 3)

* No. 130.

No 129

Hán: *Phật thuyết Tam-ma-kiệt kinh* 佛說三摩竭經. Ngô 吳 (Hoàng Long 黃龍 2. A.D. 230), 1 quyển, Thi Hộ 施護 dịch.

* No. 128.

* No. 130.

* No. 125(30. 3).

No 130

Hán: *Phật thuyết Cấp Cô trưởng giả nữ đắc độ nhân duyên kinh* 佛說給孤長者女得度因緣經. **Tống** (Thái Bình Hưng Quốc 4. A.D. 980 -), 3 quyển, Thi Hộ 施護 dịch.

* No. 125(30.3).

* No. 128.

* No. 129.

No 131

Hán: *Phật thuyết Bà-la-môn tị tử kinh* 佛說婆羅門避死經. Hậu Hán 後漢 (Kiến Hòa 建和 2 - Kiến Ninh 建寧 3. A.D. 148-170), 1 quyển, An Thế Cao 安世高 dịch.

* No. 125(31.4).

No 132

Hán: *Phật thuyết Thực thí hoạch ngũ phước báo kinh* 佛說食施獲福報經. c. Đông Tấn 東晉 (A.D. 317-420), 1 quyển, thất dịch.

* No. 125(22.11).

No 133

Hán: *Tần-tì-sa-la vương nghệ Phật cung dưỡng kinh* 頻毘娑羅王詣佛供養經. Tây Tấn 西晉 (c. A.D. 290-305), 1 quyển, Pháp Cự 法炬 dịch.

* No. 125(34.5).

No 134

Hán: *Phật thuyết Trưởng giả tử lục quá xuất gia kinh* 佛說長者子六過出家經. Lưu Tống 劉宋 (Đại Minh 1 大明元. A.D. 457), 1 quyển, Huệ Giản 慧簡 dịch.

* No. 125(35.10).

No 135

Hán: *Phật thuyết Lực sĩ di sơn kinh* 佛說力士移山經. Tây Tấn 西晉 (Thái Thủy 太始 2 - Kiến Hưng 1 建興元. A.D. 266-313), 1 quyển, Trúc Pháp Hộ 竺法護 dịch.

* No. 125(42.3).

* No. 136.

No 136

Hán: *Phật thuyết Tứ vị tằng hữu pháp kinh* 佛說四未曾有法經. Tây Tấn 西晉 (Thái Thủy 太始 2 - Kiến Hưng 1 建興元. A.D. 266-313), 1 quyển, Trúc Pháp Hộ 竺法護 dịch.

* No. 125(42.3).

* No. 135.

No 137

Hán: *Xá-lợi-phất Ma-ha Mục-liên du tứ cù kinh* 舍利弗摩訶目連遊四衢經. Hậu Hán 後漢 (Hưng Bình 1 興平元 - Kiến An 4 建安. A.D. 194-199), 1 quyển, Khang Mạnh Tường 康孟詳 dịch.

* No. 125(45.2).

Số 138

Hán: *Phật thuyết Thập nhất tưởng niệm Như Lai kinh* 佛說十 一想 念如来經. Lưu Tống 劉宋 (Nguyên Gia 元 嘉 12-20. A.D. 435-443), 1 quyển, Cầu-na-bạt-đà-la 求那跋陀羅 dịch.

* No. 125(49.10).

No 139

Hán: *Phật thuyết Tứ nê-lê kinh* 佛說四泥犁經. Đông Tấn 東晉 (Thái Nguyên 太元 6 - 20. A.D. 381-395), 1 quyển, Đàm-vô-lan 曇無蘭 dịch.

* No. 125(50.5).

No 140

Hán: *A-na-bân để hoá thất tử kinh* 阿那邠邸化七子經. Hậu Hán 後漢 (Kiến Hòa 建和 2 - Kiến Ninh 建寧 3. A.D. 148-170), 1 quyển, An Thế Cao 安世高 dịch.

* No. 125(51.7).

No 141

Hán: *Phật thuyết A-tốc-đạt kinh* 佛說阿遬達經. Lưu Tống 劉宋 (Nguyên Gia 元嘉 12-20. A.D. 435-443), 1 quyển, Cầu-na-bạt-đà-la 求那跋陀羅 dịch.

* No. 125(51.9).

* No. 142.

* No. 143.

No 142

Hán: *Phật thuyết Ngọc-da nữ kinh* 佛說玉耶女經. c. Tây Tấn (A.D. 265-316), 1 quyển, thất dịch.

* No. 125(51.9).

* No. 141.

* No. 143.

No 143

Hán: *Ngọc-da kinh* 玉耶經. Đông Tấn 東晉 (Thái Nguyên 太元 6-20. A.D. 381-395), 1 quyển, Trúc Đàm-vô-lan 竺曇無蘭 dịch.

* No. 125(51.9).

* No. 141.

* No. 142.

No 144

Hán: *Phật thuyết Đại Ái Đạo bát-nê-hoàn kinh* 佛說大愛道般泥洹經. Tây Tấn 西晉 (c. Huệ Đế 惠帝 A.D. 290-306), 1 quyển, Bạch Pháp Tổ 白法祖 dịch.

* No. 125(52.1).

* No. 145.

No 145

Hán: *Phật mẫu bát-nê-hoàn kinh* 佛母般泥洹經. Lưu Tống 劉宋 (Đại Minh 1 大明元 A.D. 457 -), 1 quyển, Huệ Giản 慧簡 dịch.

* No. 125(52.1).

* No. 144.

No 146

Hán: *Xá-vệ quốc vương mộng kiến thập sự kinh* 舍衛國王
夢見十事經. c. Tây Tấn (A.D. 265-316), 1 quyển, thất dịch.

* No. 125(52.9).

* No. 147.

* No. 148.

No 147

Hán: *Phật thuyết Xá-vệ quốc vương thập mộng kinh* 佛
說舍衛 國王十夢經. c. Tây Tấn (A.D. 265-316), 1 quyển,
thất dịch.

* No. 125(52.9).

* No. 146.

* No. 148.

No 148

Hán: *Quốc vương Bất-lê-tiên-nê thập mộng kinh* 國王不梨
先泥 十夢經. Đông Tấn 東晉 (Thái Nguyên 太元 6-20. A.D.
381-395), 1 quyển, Trúc Đàm-vô-lan 竺曇無蘭 dịch.

* No. 125(52.9).

* No. 146.

* No. 147.

No 149

Hán: *Phật thuyết A-nan đồng học kinh* 佛說阿難同學經. Hậu Hán 後漢 (Kiến Hòa 建和 2 - Kiến Ninh 建寧 3. A.D. 148-170), 1 quyển, An Thế Cao 安世高 dịch.

No 150 A

Hán: *Phật thuyết Thất xứ tam quán kinh* 佛說七處三觀經.- Hậu Hán 後漢 (Nguyên Gia 1 元嘉. A.D. 151), 1 quyển, An Thế Cao 安世高 dịch.

Pāli: *Sattaṭṭhāna.*

No 150B

Hán: *Phật thuyết Cửu hoạnh kinh* 佛說九橫經. Hậu Hán 後漢 (Kiến Hòa 建和 2 - Kiến Ninh 建寧 3. A.D. 148-170), 1 quyển, An Thế Cao 安世高 dịch.

* No. 150A(31).

No 151

Hán: *Phật thuyết A-hàm chánh hành kinh* 佛說阿含正行經. Hậu Hán 後漢 (Kiến Hòa 建和 2 - Kiến Ninh 建寧 3. A.D. 148-170), 1 quyển, An Thế Cao 安世高 dịch.

TỪ VỰNG PĀLI-VIỆT-HÁN

A/Ā

Ababa, Ngu Hoặc địa ngục 愚惑地獄.

abbhakkhāna, phỉ báng 誹謗.

abbhokā, lộ địa 露地.

abbhokāsika, lộ tọa, lộ tọa giả 露坐, 露坐者, hành giả đầu-đà, chỉ ngồi ngoài trời trống.

abbhuta, vị tằng hữu 未曾有.

abbhūtadhamma, vị tằng hữu pháp 未曾有法.

Abbuda Niraya, Vị Tằng Hữu địa ngục 未曾有地獄.

Ābhassara Devā, Quang âm (thiên) 光音 天, Cực quang thiên 極光天.

abhava, phi hữu 非有.

Abhaya, Vô Uý (Tỳ-kheo) 無畏.

Abhayā, Vô Uý (tỳ-kheo-ni) 無畏.

Abhaya-rājakumāra, Vô Uý vương tử 無畏王子.

abhibhāsana, hoan hỉ 歡喜.

Abhidhamma, A-tì-đàm 阿毘曇.

abhijāna, tri pháp 知法.

abhijjhāti, abhijjhāyati, tật đố 嫉妬.

abhilepana, nhiễm trước 染著.

abhimaṅgala, cát tường 吉祥.

abhimāra, đạo tặc 盜賊.

abhinandita, hoan hỉ 歡喜, cung kính lễ bái 恭敬禮拜.

abhiññā, thần thông 神通.

abhiññāta, thần túc đệ tử 神足弟子, người nổi tiếng; *abhiññātehi abhiññātehi,* thần túc cao đức 神足高德, tiếng tăm được nhiều người biết đến.

abhiññeyya, tri pháp 知法.

abhirati, ái lạc 愛樂, ái trước 愛著.

abhisaṃbodhi, thành đạo 成道, hiện đẳng giác 現等覺.

abhiṭhāna, quá tội 過罪, tội ác 罪惡.

abhivādana, lễ bái 禮拜.

abhivādeti, vấn tấn 問訊.

abhivandati, lễ bái 禮拜.

abhivitarati, quán sát 觀察.

abhūta, hư vọng 虛妄.

abrahmacariya, bất tịnh hành, 不淨行.

abyāpāda-vitakka, vô nhuế tầm 無恚尋.

acaṅkama, phi hành 非行, không thích hợp để kinh hành, không phải lối kinh hành.

Acela-Kassapa A-chi-la Ca-diệp. 阿支羅迦葉, Lõa hình Ca-diệp裸形迦葉.

ācinṇakappa, thường pháp 常法, thường hành tịnh 常行淨, hợp pháp theo tập quán.

Aciravatī , A-chỉ-la hà 阿脂羅河.

adassana, vô kiến 無見.

addhāna-magga, đạo lộ 道路.

ādesana, quán sát 觀察, ký tâm 記心.

ādesanā-pāṭihāriya, ký tâm thị đạo 記心示導.

ādesana-vidhā, quán sát 觀察.

adhamma, phi pháp 非法.

adhamma-cariyā, phi pháp hành 非法行.

adhara-pañca-saṃyojana, hạ ngũ kết 下五結.

adhicca, học 學.

adhiceto, hoan hỉ 歡喜.

adhicitta, tăng thượng tâm 增上心.

adhicitte-yutto, tu thiền định 禪定.

adhigama, thành đạo 成道, chứng đắc 證得.

adhikaraṇa, đấu tránh 鬥諍, tránh sự 諍事.

adhimāna, kiêu mạn 憍慢, tăng thượng mạn 增上慢.

adhipacca, tăng thượng 增上.

adhiṭṭhāna, đô thị 都市.

adhivāsa, nhẫn 忍.

adhivāsanā pahātabbā, kham nhẫn đoạn 堪忍斷, (lậu) do nhẫn đoạn.

adhivāsanā, nhẫn thọ 忍受.

adhivāseti, kham nhẫn 堪忍

adinnādāna, bất dữ bất thủ 不與不取.

adosa, vô nhuế 無恚, vô sân 無嗔.

aduḥkhasukha, bất khổ bất lạc 不苦不樂.

aduḥkhasukhāvedanā, bất khổ bất lạc thọ 不苦不樂受.

agada, y dược 醫藥, a-già-đà dược 阿伽陀藥.

Āgama, *A-hàm* 阿含.

agga, tối thắng 最勝;

aggaṃ lābhīnaṃ, đệ nhất lợi đắc cúng dường 第一利得 恭養.

agga-sikha, hỏa diệm 火焰, ngọn lửa.

Aggi, Hỏa thần 火神.

Aggivessana, Hỏa chủng 火種.

agha, khổ 苦; buồn khổ, bất hạnh.

agha-gāmin, tinh 星, ngôi sao, đi trong hư không.

ahiṃsā, bất sát 不殺, bất hại 不害.

Ahiṃsaka, Vô Hại 無害.

aja, dương 羊, dê.

ajapāla, mục dương nhân 牧羊人, người chăn dê.

Ajātasattu, A-xà-thế, A-xà-thế Thái Tử 阿闍世.

Ajātasattu-vedehīputta, A-xà-thế Vi-đề-hi tử 阿闍世韋 提希子.

Ajita-Kesakambala, A-di-đa-sí-xá Khâm-bà-la 阿夷多翅 舍欽婆羅, A-di-sủy 阿夷揣.

ajjhattasampasādana, nội đẳng tịnh 内等淨.

ajjhokāsa, lộ địa 露地.

ajjhupekkhana, quán sát 觀察.

akappiya, bất tịnh 不淨, không hợp thức.

ākāra, tướng 相, hành tướng 行相.

ākāsa, hư không 虛空.

ākāsadhū, không giới 空界.

Ākāsānañcāyatanūpagā, Không vô biên xứ thiên 空無邊處天.

akaṭṭhapākasāli, tự nhiên canh mễ 自然粳米, lúa tự nhiên.

akiliṭṭha-dhamma (akliṣṭa-dharmaḥ, Skt), bất nhiễm trước pháp 不染著法, pháp không ô nhiễm.

akiñcana, vô sở hữu 無所有.

ākiñcaññāyatana, bất dụng xứ 不用處, vô sở hữu xứ 無所有處, định.

Ākiñcaññāyatanūpagā, Bất dụng xứ thiên 不用處天, vô sở hữu xứ thiên 無所有處天.

akkha-kīḷa (akṣa-krīḍā, Skt), bác hí 博戲, cờ bạc.

akkhi, nhãn 眼, mắt

akuppa-saññā (akupya-saṃjñā, Skt), bất nhuế tưởng 不恚想, bất động tưởng 不動想.

akusala, bất thiện 不善.

akusala-dhamma, bất thiện pháp 不善法.

akusalarāsi, bất thiện tụ 不善聚.

alagadda, độc xà 毒蛇.

Āḷāra-Kālāma, A-la-lặc-ca-lam 阿羅勒 迦藍, A-la-la Ca-la-ma 阿羅邏迦羅摩.

Āḷavī, A-la-tì 阿羅毘.

alobha, vô tham 無貪.

āloka, quang minh 光明.

amagga, tà đạo 邪道.

āmalaka, a-ma-lặc quả 阿摩勒果.

Āmalakīvana, Ám-bà-lê quả viên 闇婆梨 果園.

amanussa, phi nhân 非人.

amara, bất tử 不死.

amata, bất tử, cam lộ 不死, 甘露.

amata-osadha, cam-lộ dược 甘露藥.

ambā, mẫu 母, mẹ.

ambakā, mẫu 母, mẹ, vợ.

Ambalaṭṭhikā, Trúc viên 竹園.

Ambapālī gaṇikā, Ám-bà-bà-lợi nữ 闇婆婆利女.

Ambapālī-vana, Ám-bà-bà-lợi viên 闇婆婆利園, Nại thị

viên 奈氏園.

Ambasaṇḍa, Cam lê viên 甘梨園.

Amba-vana, Lê viên 梨園.

ambucārin, ngư 魚, cá.

ambuja, ngư 魚, cá, thủy sinh.

āmisacāgo, tài ân 財恩, tài thí 財施, thí xả tài vật.

āmisayāga, tài nghiệp 財業, tài thí 財施;

āmisayāgo ca dhammayāgo, tài nghiệp pháp nghiệp 財業法業, tài thí và pháp thí.

Amitodana, Cam Lộ 甘露.

amoha, vô si 無癡.

aṁsuka, y phục 衣服.

anabhāva, phi hữu 非有.

anabhijjhā, vô tham dục 無貪欲.

anācāra, phi pháp hành 非法行, bất tịnh hành 不淨行.

Anāgāmi-magga, A-na-hàm Đạo 阿那含 道.

Anāgāmin, A-na-hàm 阿那含, bất hoàn 不還.

Anāgāmi-phala, A-na-hàm quả 阿那含 果.

Ānanda, A-nan 阿難.

anaññāta, vị tri trí 未知智.

anaññātaññāssāmītindriya, vị tri đương tri căn 未知當知根.

ānāpāṇa, an-ban 安般, nhập xuất tức 入出息, hơi thở vào ra.

ānāpānasati, an-ban pháp 安般法; an-ban niệm 安般念; sổ tức niệm 數息念; nhập xuất tức niệm 入出息念; sổ tức quán 數息觀.

anāsasava, vô lậu 無漏.

anattan, anattā, vô ngã 無我.

anātura, vô bệnh 無病.

Anāthapiṇḍika, A-na-bân-trì 阿那邠持, A-na-bân-chỉ 阿那邠祁, A-na-bân-để 阿那邠邸, (=Cấp Cô Độc 給孤獨)

anāvaraṇa, vô ngại 無礙.

anāvattin, bất thối chuyển 不退轉.

anāvila, thanh tịnh 清淨, không vấy đục, trong suốt.

anāvilasaṅkappa, vô trược tưởng 無濁想.

aṇḍajā yoni, noãn sanh giả 卵生者.

aṇḍa-jā yoniḥ (Skt), noãn sanh 卵生.

aṇḍa-ja, noãn sanh 卵生.

andha, manh 盲, mù.

Andhavana, An-đà viên 安陀園, Ám lâm 暗林.

anekadhātu, chủng chủng giới 種種界, đa giới 多界.

aṅga, chi 支.

Aṅgaja, Ương-ca-xà 鴦迦闍, Ương-kiệt-xà 鴦竭闍.

aṅgaṇa, uế 穢, kết 結, bẩn, nước bẩn.

aṅgāra-kāsu, hỏa khanh 火坑, hầm lửa.

aṅgīrasī, thiên nữ 天女.

aṅgula, chỉ 指, ngón tay.

Aṅgulimāla, Ương-cù-lợi-ma-la 央瞿利 摩羅, Ương-quật-ma-la 央掘摩羅, Chỉ-man 指鬘.

Aṅguttara-nikāya, *Tăng chi bộ* 增支部.

anicca vô thường 無常; *aniccā vata saṃkhārā,* chư hành vô thường.

anicca-dhamma, vô thường pháp 無常法.

anicca-saññā, vô thường tưởng 無常想.

anīka, quân, quân chúng 軍, 軍衆.

animittā cetosamādhi, vô tướng tâm định 無想相心定.

animittā samādhi, vô tướng tam-muội 無相三昧, vô tướng định 無想相定.

animitta vô tướng 無相

animitta-vimokkha, vô tướng giải thoát 無相解脫.

anindita, bất khi 不欺, không bị chỉ trích, vô tội.

aniyata-rāsi, bất định tụ 不定聚.

aṅkusaggaha, tượng sư 象師.

Aññā-koṇḍañña, A-nhã Câu-lân 阿若拘 隣, A-nhã Kiều-trần-như 阿若僑陳如, Câu-lân-đà, Câu-lân-nhã 拘隣陀, 拘鄰 若.

aññatitthiya dị học 異學, ngoại đạo 外道.

aññatitthiya-paribbājaka, ngoại đạo phạm chí 外道梵志, dị học phạm chí 異學梵志.

aṇṇava, hải 海, sông lớn, biển, đại dương.

Anopamā, A-nô-ba-ma 阿奴波摩.

Anotatta, A-nậu-đạt 阿耨達, A-nậu-đạt tuyền, 阿耨達泉

antaggāhika-diṭṭhi, biên kiến 邊見, biên chấp kiến 邊執見.

antaradharma, nội pháp 內法.

antarā-maraṇa, trung yểu, trung yểu giả 中夭, 中夭者.

antarāyikadhammā, chướng ngại pháp 障礙法.

ante-pura, hậu cung 後宮, vương cung.

antevāsika, đệ tử 弟子.

anukampā, ai mẫn 哀愍.

anukampā, từ bi 慈悲.

anumodana, sẩn 嚫, tùy 喜.

anupādisesā nibbānadhātu, vô dư (y) niết-bàn giới 無餘(依)涅槃界.

anupādisesa vô dư y 無餘依.

anupādisesa-nibbāna, vô dư (y) niết-bàn 無餘(依)涅槃.

Anuruddha, A-na-luật 阿那律.

anusāsana, giáo giới 教誡.

anusāyika abādha, phong bệnh 風病 (?) bệnh mạn tính.

anussati, niệm 念.

anutpatti-amṛta (Skt), bất sinh tắc bất tử 不生則不死.

anuttara sammāsambodhi, a-nậu-đa-la-tam-miệu-tam-bồ-đề 阿耨多羅三藐三菩提.

Anuttara, Vô thượng sĩ [thập hiệu chi nhất] 無上士[十號之一]

anuttaraṃ puṇyakṣetraṃ lokasya (Skt), thế gian chi đại phúc điền 世間之大福田.

āpaṇika, thương nhân 商人.

apaṇṇaka, chân thật 眞實.

Aparagoyāna, Cù-da-ni [tứ đại châu chi nhất] 瞿耶尼[四大洲之一]

Aparagoyāna, Cù-da-ni thổ 瞿耶尼土.

apāya, tổn giảm 損減.

apāyabhūmi, ác xứ 惡處.

apekṣatā (Skt), lận tích 悋惜.

āpodhātu, thủy giới 水界.

appamāda, bất phóng dật 不放逸.

appāṇaka-jhāna, vô tức thiền 無息禪.

appaṇihita-vimokkha, vô nguyện giải thoát.

appaṇihito samādhi, vô nguyện tam-muội 無願三昧.

appassuta, thiểu văn giả 少聞者.

appaṭigha, vô ngại 無礙.

appaṭipuggala, vô đẳng luân 無等倫.

appaṭipuggala-dhamma, vô tỉ pháp 無比法.

appiccha santuṭṭha, thiểu dục tri túc 少欲知足.

appicha, thiểu dục, thiểu dục giả 少欲, 少欲者.

aprabhūta-paśu-bhoga (Skt), bất đa súc chư tài bảo 不多畜諸財寶.

apramāda-vipāka (Skt), bất phóng dật báo 不放逸報.

arahant, A-la-hán 阿羅漢, đạo chân 道眞, vô sở trước 無所著, chân nhân 眞人; *arahaṃ hoti khīṇāsavo,* A-la-

hán lậu tận 阿羅漢漏 盡; *arahaṃ sammāsambuddho*,
Ứng cúng Đẳng chánh giác 應供等正覺.

arahatta-magga, A-la-hán đạo 阿羅漢 道.

Arahatta-phala, A-la-hán quả 阿羅漢果.

ārāma, viên 園, viên quán 園觀.

ārambhadhātu, tinh cần giới 精勤界.

arañña, không nhàn 空閑, nhàn tĩnh xứ 閑靜處, a-lan-
nhã 阿蘭若.

araññāyatana-isi, không nhàn xứ tiên nhân 空閑處仙人

Ariṭṭha, A-lợi-tra 阿利吒

ariya, Hiền Thánh 賢聖.

ariya-aṭṭhaṅgika-magga, bát Thánh đạo 八聖道.

ariyasāvaka, Thánh đệ tử 聖弟子.

ariyassa-vinayo, Thánh luật giáo 聖律教.

aru, aruka, sang 瘡, ghẻ chóc.

ārūpa, vô sắc 無色

ārūpa-bhava, vô sắc hữu 無色有.

ārūpadhātu, vô sắc giới 無色界.

arūpa-taṇhā, vô sắc ái 無色愛.

asaddhamma, ác pháp 惡法, phi diệu pháp 非妙法, phi

chánh pháp 非正法.

Asamukha, Mã khẩu 馬口.

asaṅkheyya-kappa, a-tăng-kỳ-kiếp 阿僧 祇劫.

Asaññasattā devā, Vô tưởng thiên hữu tình 無想有情天

asattha, cát tường thọ 吉祥樹.

āsavā, lậu 漏; *āsavā parivajjanā pahātabbā,* viễn ly sở
    đoạn lậu 遠離所斷漏, lậu được đoạn trừ do tránh xa;
    āsavāṃ khayā anāsavaṃ cetovimuttiṃ, lậu tận ý giải
    漏盡意解, lậu tận vô lậu tâm giải thoát 漏盡無漏 心
    解 脫.

āsavakkhaya, āsavakhīṇa, lậu tận 漏盡.

asi, đao, đao kiếm 刀, 刀劍.

asi-dhārā, lợi đao 利刀, lưỡi dao.

Asipattavana, Kiếm thọ địa ngục 劍樹 地獄.

Asita-devala-isi, A-tư-đà thiên sư 阿私陀 天師.

asmimāna, ngã mạn 我慢.

asmīti sati, hữu ngã 有我.

Asoka, Vô Ưu 無優.

Assaji, Mã Sư 馬師.

Assakaṇṇa, Mã đầu sơn 馬頭山.

assānīya-dhamma, hưu tức xứ 休息處, phục tức 伏息.

Assāroha, Ngự mã 御馬.

assattha, vô uý 無畏, an tức 安息.

assava, hiếu thuận 孝順.

asubha, ác lộ 惡露, bất tịnh 不淨.

asubhanimitta, bất tịnh chi tướng 不淨相.

asubhasaññā, bất tịnh tưởng 不淨想.

Asura, A-tu-luân 阿須倫 / 輪.

Asurinda, A-tu-luân vương 阿須倫王.

aṭavī, khoáng dã 曠野.

Atibrahmā, Đại Phạm 大梵.

aticariyā, tội 罪.

atideva, thiên trung thiên 天中天.

atimāna, quá mạn 過慢, tăng thượng mạn 增上慢.

atipāta, sát hại 殺害.

atirattiṁ, dạ bán 夜半, dạ tàn 夜殘, qua đêm.

atīta, quá khứ 過去.

atītānāgatapaccuppannān quá khứ-vị lai-hiện tại 過去
未來現在.

ativākya, phỉ báng 誹謗.

attaniya, ngã sở 我所.

attaññū, tri kỷ 知己.

attavādupādāna, ngã luận thủ 我論取, ngã ngữ thủ 我語取.

aṭṭhakkhaṇā asamayā brahmacariya-vāsāya 八不時不節梵行住 tám trường hợp không gặp thời cơ tu phạm hạnh.

aṭṭhakkhaṇā, bát nạn 八難.

aṭṭha-lokadhamma, bát thế gian pháp 八世間法.

aṭṭhaṅgasamannāgata, bát chi cụ túc 八支具足, đầy đủ tám chi.

aṭṭhaṅgasamannāgata-uposatha, bát quan trai, 八關齋, bát quan trai pháp 八關齋法, bát chi trai 八支齋.

aṭṭhaṅgika-magga, bát chủng chi đạo 八種之道, bát chi đạo 八支道, bát chánh đạo 八正道.

aṭṭha-vimokkhā, bát giải thoát 八解脫.

aṭṭhi-kaṅkala, hài cốt 骸骨.

attha, nghĩa, nghĩa lý 義, 義理, lợi 利.

atthaññū, tri nghĩa 知義.

atthapaṭisambhidā, nghĩa biện 義辯, nghĩa vô ngại giải 義無礙解.

atthato byañjanato, tri nghĩa tri vị 知義知味.

atthavādī, nghĩa thuyết 義說.

atthitā, hữu 有, hữu tính 有性.

ātura, đại hoạn 大患.

āvāha, thần mận 娠, giá thú 嫁娶. cưới vợ.

Avanti, Hộ viên 護園.

avecca-pasāda, bất động tín 不動信, bất hoại tín 不壞信.

Avīci-niraya, A-tị ngục 阿鼻獄, A-tì địa ngục 阿毘地獄

avihiṃsā-vitakka, vô hại tầm 無害尋.

avijja, vô minh 無明.

avijjā-āsava, vô minh lậu 無明漏.

avijjānusaya, si sử 癡使, vô minh sử 無明使, tùy miên.

āvuso, khanh 卿, hiền giả 賢者, nhân giả 仁者.

avyāpāda-vitakka, vô nhuế tầm 無恚尋.

aya, ayo, thiết 鐵, sắt, thép.

āyatana, nhập 入, xứ 處.

ayoguḷa, thiết hoàn 設丸, thỏi sắt.

Ayojjhā , A-du-xà 阿喩闍, sông.

āyu, thọ 壽; āyuṃ deti, thí mệnh 施命, bố thí tuổi thọ.

āyusamā, trưởng lão (tỳ-kheo) 長老比丘.

B

Badda-Kuṇḍalakesā, Bạt-đà-quân-đà-la-câu-di quốc 拔 陀軍陀羅拘夷國.

Bāhiya Dārucīriya, Bà-ê 婆醯, Quả Y 菓衣.

Bāhukā nadī, Tôn-đà-la giang 孫陀羅江.

bahussuta, đa văn 多聞.

Baka Brahmā, Bà-già Phạm thiên 婆伽梵天.

Bakkula, Bākula, Bà-câu 婆拘, Bà-câu-la 婆拘羅, Bà-câu-lô 婆拘盧, A-la-hán.

bala, lực 力.

bāla, ngu nhân 愚人.

Baladhara, Lực Thạnh thiên 力盛天, Trì lực thiên 持力天.

Balaruci, Bà-la-lưu-chi 婆羅留支, vương tử.

Bandhumatī, Bàn-đầu quốc 槃頭-國.

Bārāṇasī, Bà-la-nại 婆羅捺, Ba-la-nại 波羅捺.

beluvapaṇḍuvīna, lưu-ly cầm 琉璃琴.

Bhaddā kāpilānī, Bạt-đà-ca-tì-li-ni 拔陀 迦毘離尼, Kiếp-tỳ-la 劫毘羅.

Bhadda, Bà-la-đà 婆羅陀, trưởng giả.

Bhaddā, Bạt-đề 拔提, ưu-bà-di.

Bhaddā-Kuṇḍalakesā, Quân-trà-la Hệ-đầu 君荼羅繫頭, Tỳ-kheo-ni.

Bhaddāli, Bạt-đề-bà-la 跋提婆羅.

bhaddāni yāni, vũ bảo xa 羽寶車.

Bhaddasālāsuyāmā, Bạt-đà-sa-la-tu-diễm-ma 跋陀娑羅 須焰摩.

Bhaddasena, Bà-đà-tiên 婆陀先.

Bhaddiya, Bà-đề 婆提, trưởng giả.

Bhagava, Bà-già-bà 婆伽婆, Bà-già-phạm 婆伽梵, Thế Hựu 世祐, Chúng Hựu 眾祐,Thế Tôn 世尊.

Bhagga, Bạt-kì 拔祇, Bà-kì 婆祇.

bhāra, trọng đảm 重擔, gánh nặng.

bhāra-hāra, hà trọng đảm 荷重擔.

bhāra-nikkhepana, xả trọng đảm 捨重擔.

bhava, hữu 有.

bhavadiṭṭhi vibhavadiṭṭhi, hữu kiến phi hữu kiến 有見 非有見.

bhāvanā pahātabbā, tu tập đoạn 修習斷.

bhāvanā, tư duy, tu tập 思惟, 修習.

bhāvanāmayaṃ puññakiriyavatthu, tu loại phước

nghiệp sự 修類福業事.

bhava-rāga, hữu ái, hữu tham 有愛, 有貪.

bhavāsava, hữu lậu 有漏.

bhava-taṇhā, hữu ái 有愛.

bhavesanā, hữu tầm cầu 有尋求

Bhāvitatto, Niệm Quán 念觀.

bhavogha, hữu lưu 有流.

bherī, đại cổ 大鼓.

Bhesakalāvana-migadāya, Quỷ lâm Lộc viên 鬼林鹿園

bhesika-nahāpita, thế đầu sư 剃頭師, thợ hớt tóc.

bhikkhacāriya, hành khất thực 行乞食.

bhikkhaka, hành khất 行乞.

bhiṃsanaka, khủng bố 恐怖.

bhūmi, địa 地.

Bhūmija, Địa Tỳ-kheo 地比丘.

bhūmi-kampa, địa động 地動.

bhūm-pappaṭaka, địa phì 地肥.

bhūta, chân thật 眞實; thần 神.

Bimbisāra, Tần-bà-sa 頻婆娑, Tần-tì-sa-la 頻毘娑羅, vua.

bodhi, chánh giác 正覺.

bodhipakkhiya đạo phẩm, bồ-đề phần 菩提分.

Bodhisatta mahā-satta, Bồ-tát ma-ha-tát 菩薩摩訶薩.

Bodhisatta, Bồ-tát 菩薩.

brahmacakka, phạm luân 梵輪.

brahmacariya, phạm hạnh 梵行, thanh tịnh hạnh 清淨
行.

brahmacariyesanā, phạm hạnh tầm cầu 梵行尋求.

brahmadaṇḍa, phạm pháp 梵法, phạm-đàn 梵檀.

Brahmadatta, Phạm-ma-đạt 梵摩達, vua.

Brahmadeva, Phạm thiên 梵天.

brahmadeyya, phạm phúc 梵福, phạm tứ 梵賜.

brahmadhamma, phạm pháp 梵法.

Brahmaja, Phạm sanh 梵生.

Brahmakāyikā, Phạm-ca-di thiên 梵迦夷天, Phạm chúng
thiên 梵眾天.

brāhmaṇa, bà-la-môn 婆羅門.

Brahmavihāra, Phạm đường 梵堂, Phạm trụ 梵住.

Brahmāyu, Phạm-ma-du 梵摩俞, Phạm-ma-dụ 梵摩喻.

Brahmuttara, Phạm-ưu-đa-la 梵優多羅.

buddhānussati, niệm Phật 念佛.

buddhe aveccappasāde, Phật chứng tịnh 佛證淨, Phật bất hoại tịnh 佛不壞淨..

byāpāda, sân 瞋, nhuế 恚.

byāpāda-nīvaraṇaṃ, sân nhuế cái 瞋恚蓋.

byāpāda-vitakka, nhuế tưởng 恚想, nhuế tầm 恚尋.

C

cāga, huệ thí 惠施.

cāgānussati, niệm thí 念施.

Cakkavāḷa, Kim cang 金剛, Đại thiết vi sơn 大鐵圍山.

Cakkavattin, Chuyển Luân (thánh) vương 轉輪(聖)王.

campa, campaka, chiêm-bặc 瞻蔔, hoa.

Campā, Chiêm-ba quốc 占波-國.

caṇḍāla, chiên-đà-la 旃陀羅, sát nhân chủng 殺人種, giai cấp.

Candapabha, Nguyệt Quang 月光.

Caṇḍappajjota, Caṇḍappajāta, Ác Sinh 惡生, va.

caṇḍikka, đại quỷ thần 大鬼神.

caṅkamma, kinh hành 經行.

Cāpā, Già-ba-la 遮波羅.

catasso paṭipadā, tứ sự hành tích 四事行跡, tứ thông hành 四通行.

cattāri sotāpattiyaṅgāni, tứ dự lưu chi 預流支.

cattāri adhikaraṇāni, tứ sự pháp 四事法, tứ tránh sự 四諍事.

cattāri saṃgahavatthūni, tứ nhiếp sự 四攝事, tứ thọ pháp, 四受法.

cattāri tathāgatassa vesārajjāni, Như Lai tứ vô sở úy 如來四無所畏.

cattāri upādāni, tứ thọ 四受, tứ thủ 四取.

cattāro dīpā, tứ châu 四洲, tứ thiên hạ 四天下.

cattāro iddhipādā, tứ thần túc 四神足.

cattāro mahābhūta, tứ đại chủng 四大, tứ đại 四大.

cattāro mahāpadese, tứ giáo thuyết 四教說.

cattāro oghā, tứ lưu 四流.

cattāro sammappadhānā, tứ ý đoạn 四意斷, tứ chánh cần 四正勤.

cattāro satipaṭṭhānā, tứ ý chỉ 四意止, tứ niệm xứ 四念處.

cattāro upakkilesā, tứ tùy phiền não 四隨煩惱.

cattasso appamaññayo, tứ đẳng tâm 四等心, tứ vô lượng tâm 四無量心.

catu, tasso, catvāri, tứ 四, số.

cātuddisa-saṅgha, chiêu đề tăng 招提僧, tứ phương tăng 四方僧.

Cātumā, Xà-đầu 闍頭, thôn.

Cātumahārājika Devā, Tứ thiên vương thiên 四天王天.

catunadī, tứ đại hà 四大河.

catutthajjhana, đệ tứ thiền 第四禪.

cetaso ekodibhāvaṃ, tâm nhất thú tính 心一趣性.

cetaso vūpasamo, tâm tịch tĩnh 心寂靜.

cetiya, chi-đề 支提, tháp miếu 塔廟, Như Lai thần miếu 如來神廟.

ceto, cetaso = cetassa, tâm 心.

cetopariyañāṇa, tha tâm trí 他心智.

cetovimutti, ý giải thoát 意解脫, tâm giải thoát 心解脫.

citta, tâm 心.

citta-ekaggatā, nhất tâm 一心, tâm nhất cảnh tính 心一境性.

Citta-gahapati, Chất-đa trưởng giả 質多長者.

Citta-Hatthasāriputta, Chất-đa-xá-lợi-phất 質多舍利弗

Citta-Hatthirohaputta, Tượng Xá-lợi-phất 象舍利弗.

cittānupassī, quán tâm 觀心, tuần tâm quán 循心觀.

cittapārisuddhi, tâm thanh tịnh 心清淨.

cittasamādhi-padhāna-saṅkhāra-samannāgata, tâm tam-muội hành tận thần túc 心三昧行盡, tâm tam-ma-địa tắng hành thành tựu 心三摩地勝行成就, thần túc.

cittasaṃkhāra, ý hành 意行, tâm hành 心行.

citta-suvimutta, tâm thiện giải thoát 心善解脫.

citta-vimutti, tâm giải thoát 心解脫.

cittavisuddha, tâm thanh tịnh 心清淨.

Citrarathavana, Trú dạ viên quán 晝夜園觀.

cīvara, y 衣.

cora, thâu đạo 偷盜.

Cūḷa-subhaddhā, Tu-ma-đề (nữ) 修摩提 (女).

Cullapanthaka, Cūḷapanthaka, Bàn-đặc 般特 Quân-lợi-ban-đặc 均利般特, Chu-lợi-ban-đặc 周利般特, Chu-lợi-bàn-thố 周利般兎.

Cunda Samaṇuddesa, Quân-đầu Sa-di 均頭沙彌.

cha atthavase, lục công đức 六功德.

cha āyatanāni, lục nhập 六入, lục xứ 六處

cha dhātuyo, lục giới 六界.

cha sārāṇīya-dhammā, lục trọng pháp 六重法, khả niệm pháp 可念法.

cha viññāṇkāyā, lục thức thân 六識身.

cha, chaḷ, lục 六.

chaḷābhiññā, lục thần thông 六神通.

chandasamādhipadhāna, tự tại tam-muội hành tận 自在三昧行盡, dục tam-ma-địa thắng hành thành tựu 欲三摩地勝行, thần túc.

Channa, Xa-na 車那, Xa-nặc 車匿 (Tỷ-kheo).

chaphassāyatanika, lục xúc xứ 六觸處.

D

Dabba-Mallaputta, Đà-la-bà-ma-la 陀婆摩羅.

dadhi, tô, lạc 酥, 酪.

dakkhinā, đạt-sẩn 達嚫, vật bố thí, chú nguyện.

dakkhiṇa, nam 南, hữu 右, phương nam, phía tay phải.

dakkhiṇa-āvattaka, hữu nhiễu 右遶.

dakkhiṇeyya, ứng cung kính 應恭敬.

Dāma, Đà-ma 陀摩 (Tỳ-kheo)

dampati, gia chủ 家主, phu phụ 夫婦.

dāna, đàn 檀, thí 施, bố thí 布施.

dānamayaṃ puññakiriyavatthu, thí loại phước nghiệp sự 施類福業事.

dāna-pāramitā, đàn ba-la-mật 檀波羅蜜.

dāna-pati, đàn-việt, thí chủ 檀越, 施主.

daṇḍa, đao trượng 刀杖.

Daṇḍapani-Sakka, Chấp trượng Thích chủng 執杖釋.

dandha, độn 鈍, chậm lụt.

dantakaṭṭha, dantapoṇa, dương chi 楊枝, tăm xỉa răng.

Dantikā, Đàn-đa 檀多.

dārukkhandha, đại thọ 大樹, mộc tích 木積, đống cây.

dasa Ariyāvāsā, thập Hiền Thánh cư 十賢聖居.

dasa atthavasa, thập sự công đức 十事功德, thập cú nghĩa 十句義.

dāsa, nô bộc 奴僕.

dasa, thập 十, số mười.

dasa-bala, thập lực 十力 (Như Lai).

dasa-dhammā, thập pháp 十法.

dasa-kusala, thập thiện 十善.

dasasu akusalesu kammapathesu, thập bất thiện nghiệp đạo 十不善業道.

dassanā pahātabbā, kiến đoạn 見斷.

dassana, kiến 見; *ñāna-dassana,* tri kiến 知見.

dāyaka, thí chủ 施主.

dāyako dānapati, thí chủ đàn việt 施主檀越, thí chủ tự tay cho.

desanā, giáo huấn 教訓, giáo thuyết 教說, tuyên thuyết 宣說.

deva, thiên 天, thần 神.

deva-bhūta, thiên thân 天身.

deva-cārika, chư thiên 諸天.

Devadatta, Đề-bà-đạt, Đề-bà-đạt-đâu, Điều Đạt 提婆達, 提婆達兜, 調達.

devānussati, niệm thiên 念天.

deva-putta, Thiên tử 天子.

devaputta-māra, Ma thiên 魔天.

Devasabba, Thiên Tu-bồ-đề 天須菩提.

deva-sukha, thiên lạc 天樂.

devayāniyo maggo, thiên đạo 天道.

Devuttara, Thiên Ưu-đa-la 天優多羅.

deyyadhamma, tài 財, thí vật 施物, thí pháp 施法.

dhammacāgo, pháp ân 法恩, pháp thí 法施.

dhammacakkappavattana, chuyển pháp luân 轉法輪.

dhammacakkhu, pháp nhãn 法眼.

dhammacakkhu-parisudhi, pháp nhãn tịnh 法眼淨.

dhammadhara, thuyết pháp 說法, trì pháp 持法.

Dhammadinnā, Đàm-ma-đề-na 曇摩提 那, Pháp Dữ 法 與, Pháp Thí 法施.

dhammakathika, thuyết pháp giả 說法.

dhammakāya, pháp thân 法身.

dhammaniyāma, pháp vị 法位.

dhammaññū, tri pháp 知法.

dhammānudhamma-paṭipanna, pháp pháp thành tựu 法法成就, pháp tùy pháp hành 法隨法行.

dhammanusārī, phụng pháp, tùy pháp hành 奉法, 隨法 行, Thánh giả.

dhammānussati, niệm pháp 念法.

dhammanvaya, pháp tĩnh 法靖, pháp tổng tướng 法總 相, pháp loại cú 法類 句.

Dhammapāsāda, Pháp giảng đường 法講堂.

dhammapaṭisambhidā, pháp biện 法辯, pháp vô ngại giải 法無礙解.

Dhammaruci, Đàm-ma-lưu-chi 曇摩留支.

dhamma-vicaya-sambojjhaṅga, pháp giác ý 法覺意, trạch pháp giác chi 擇法覺支.

dhamme aveccappasāde, pháp chứng tịnh 法證淨, pháp bất hoại tịnh 法不壞淨.

Dhataraṭṭa, Đề-đầu-lại-tra, Đề-địa-lại-tra 提地賴吒, thiên vương.

dhātu, trì 持, giới 界.

Dhotodana, Hộc Tịnh 斛淨.

dhūta, đầu-đà 頭陀.

dhutaṅga, đầu-đà chi 頭陀支, đầu-đà hành 頭陀行.

dibba, thiên 天, thuộc thiên giới.

dibbāya sotadhātuyā visuddhāya, thiên nhĩ thanh triệt 天耳清徹.

dibbena cakkhunā visuddhena, thiên nhãn thanh tịnh 天眼清淨.

Dīghakārāyaṇa, Hảo Khổ 好苦 (bà-la-môn)

Dīghāvu, Trường Sanh 長生 (đồng tử).

Dīghīti, Trường Thọ 長壽, vua.

dīna, hạ tiện 下賤.

Dīpaṅkara, Định Quang 定光 (Phật Nhiên Đăng).

Dīpavatī, Bát-ma 鉢摩, đại quốc.

Disaṁpati, thành chủ 城主, Địa chủ 地主, vua.

diṭṭha, kiến 見, hiện kiến 現見.

diṭṭha-dhamma, hiện pháp 現法, hiện thế 現世.

diṭṭhagha, kiến lưu 見流.

diṭṭhi, kiến 見; *sammā-diṭṭhi,* chánh kiến 正見.

diṭṭhipārisuddhi, kiến thanh tịnh 見清淨.

diṭṭhi-patta, kiến đáo 見到, Thánh giả.

diṭṭhupādānaṁ, kiến thủ 見取.

Doṇa, Đầu-na 頭那.

dosa, sân 瞋, nhuế (khuể) 恚.

doso akusalamūlaṁ, nhuế bất thiện căn 恚不善根.

dovacassatā, ác ngôn 惡言.

dubbhikkha, cơ ngạ 飢餓, đói.

duccarita, ác hành 惡行.

duggati, apāyagāmin, ác thú 惡趣, ác đạo, 惡道.

dukkakārikā, nan hành 難行.

dukkara, nan 難.

dukkhā paṭipadā dandhābhiññā, khổ trì thông hành 苦
遲通行.

dukkhā paṭipadā khippābhiññā, khổ tốc thông hành 苦
速通行.

dukkhā vedanā, khổ thống 苦痛, khổ thọ 苦受.

dukkha, khổ 苦.

dukkhadhamma, khổ pháp 苦法.

dukkha-kkhaya, khổ tận 苦盡.

Dumumkha, Đầu-ma 頭摩.

dūta, sử nhân 使人, sứ (sử) giả 使者, *deva-dūta*, thiên sứ
天使.

dvaṅgulakappa, nhị chỉ tịnh 二指淨, nhị chỉ sao thực 二
指抄食, đứng bóng chưa quá hai ngón tay, ăn chiều
được.

dvidhāpatha, nhị đạo 二道, đường rẽ nhánh.

E

ekabījika, nhất chủng 一種.

ekapattapiṇḍika, nhất bát thực 一鉢食.

ekāsana, nhất tọa thực 一坐食.

ekāsanika, nhất toạ nhất thực giả 一坐一食者, hành giả đầu-đà chỉ ăn một bữa.

ekattaṃ, nhất loại 一類.

ekāyana- magga, nhất nhập đạo 一入道.

ekodi-bhāva, nhất tâm 一心.

ekottara, tăng nhất 增一.

Ekuttara, Y-câu-ưu-đa-la 伊俱優多羅.

Erakapatta Y-la-bát long vương 伊羅鉢龍王.

Erāpatha,Y-la-bát long 伊羅鉢龍.

G

Gagga, Già-già 伽伽.

Gaggarā pokkharaṇī, Lôi âm trì 雷音池, Lôi thanh trì 雷

聲池.

gahapatāni, cư sĩ phụ 居士婦.

gahapati, cư sĩ 居士.

gahapati-putto, trưởng giả tử 長楸者子.

gahapati-ratanaṃ, cư sĩ bảo 居士寶.

gamana, tự quy 自歸.

gandha, hương 香.

Gandhabba, Càn-đạp-hòa 乾沓和.

gandhagaja, hương tượng 香象.

gandhahastin, hương tượng 香象.

Gandhamādana, Hương sơn 香山, Hương túy sơn 香醉山.

Gandhāra, Càn-đà-vệ 乾陀衞, Càn-đà-việt 乾陀越, Kiền-đà-la 犍陀羅, dị danh.

Gandhāra, Cứu Cánh 究竟辟, Bích-chi-phật.

Gaṅgā, Gaṅgā-nadī, Hằng-già 恒伽, Hằng thủy 恒水 (sông).

gaṇikā, dâm nữ 婬女.

garuḍa, garuḷa, Gia-lưu-la 加留羅, Già-lưu-la 伽留羅, Kim-sí điểu 金翅鳥.

gati-pañcaka, ngũ thú 五趣.

gāthā, kệ 偈.

Gavaṃpati, Ngưu Tích 牛跡, Kiều-phạm-ba-đề 僑梵波提.

Gayākassapa, Già-di-ca-diếp 伽夷迦葉, Tượng Ca-diếp 象迦葉.

geyya, kì-dạ 祇夜, ứng tụng 應頌.

Ghositārāma, Cù-sư viên 瞿師園.

Godānīya, Câu-da-ni 拘耶尼 (châu lục).

gokula, mục ngưu 牧牛, ngưu xá 牛舍.

gopālaka, mục ngưu giả 牧牛者, mục ngưu nhân 牧牛人

Gopikā, Cù-ti 瞿卑.

Gosiṃha, Ngưu sư tử viên 牛師子園.

Gosingasāla, Ngưu giác sa-la 牛角娑羅, rừng.

Gotama, Cù-đàm 瞿曇.

gotrabhū, chủng tính 種性, Thanh giả.

guṇa, công đức 功德.

guru, tôn trưởng 尊長.

Gutta, Quật-đa trưởng giả 掘多長者.

Gijjhakūṭa, Kỳ-xà sơn 耆闍山.

giribbaja, sơn cốc 山谷.

Girimānanda, Ma-nan, Kì-lợi-ma-nan 摩難, 耆利摩難.

H

harīṭaka, harītaki, ha-lê-lặc 呵梨勒,

Hatthaka Āḷavaka, Ha-xỉ-a-la-bà 呵侈 阿羅婆, Thủ A-la-bà trưởng giả tử 手 阿羅婆長者子, Tượng Đồng Tử 象童 子.

Himavant, Tuyết Sơn 雪山.

hīna, hạ tiện 下賤.

hirī ottapa, tàm quý 慚愧.

hitānukampin, từ bi tâm 慈悲心.

I/Ī

iddhi-pāda, thần túc 神足.

iddhi-pāṭihāriya, thần túc biến hoá 神足變化, thần biến thị đạo 神變示導.

iddhividha, thần túc 神足.

idhaloka, kim thế 今世.

Inda, Đế Thích 帝釋.

inda-kīla, cung môn 宮門, nhân-đà-la trụ 因陀羅.

indriya, căn 根; *indriyesu guttadvāro,* thủ hộ căn môn 取護根門.

iruttipaṭisambhidā, ứng biện 應辯, từ vô ngại giải 辭無礙解.

Īsadhara, Tỉ-sa sơn 俾沙山, Y-sa sơn 伊沙山.

Īsāna, Y-sa thiên vương 伊沙天王.

isi, tiên nhân 仙人.

isigiri, Tiên nhân sơn 仙人山, tiên nhân quật 仙人掘窟.

Isipatana Migadāya, Tiên Nhân Trụ (Đoạ) Xứ Lộc Dã viên 仙人住(堕)處鹿 野園.

Isisaṅgha, Tiên nhân chúng 仙人眾.

Isi-sattama, Đệ thất tiên nhân 第七仙人.

issā, tật đố 嫉妬.

Issara, Tự Tại thiên 自在天.

itthi, nữ 女.

itthi-ratanaṃ, ngọc nữ bảo 玉女寶.

J

jāgariya, giác 覺, tỉnh giác 醒角.

jālakajāta, sinh la võng 生羅網, đâm chồi.

Jambu, Diêm-phù 閻浮 (châu lục, cây, trái).

Jambudīpa, Diêm-phù-đề 閻浮提 (châu lục).

jana, nhân 人, nhân gian 人間, nhân dân 人民.

janapada, quốc 國, quốc độ 國土, địa phương.

Jānussoṇi, Sinh Lậu 生漏 (bà-la-môn).

jarā, lão 老.

jāradhamma, lão pháp 老法, hình lão pháp 形老法.

jāti, sinh 生.

Jentī, Thiền-đầu 禪頭.

Jeta, Kì-đà 祇陀, vương tử.

Jetavana, Kì-hoàn 祇桓, Kỳ viên 祇園.

Jetavana-Anathāpiṇḍikārāma, Kì thọ Cấp Cô Độc viên 祇樹給孤獨園.

jhāna, thiền 禪.

jhānavimokkha-samādhi-samāpattīnaṃ saṃkilesaṃ vodānaṃ vuṭṭhānaṃ, tĩnh lự giải thoát đẳng chí phát khởi tạp nhiễm thanh tịnh trí lực

靜慮解脫等持等至發起雜染清淨智力.

jhāpeti, xà tuần 蛇旬, xà duy 闍維, hỏa thiêu.

jīva, thọ mệnh 壽命.

Jīvaka-Komārabhacca, Kì-bà-già 耆婆 伽, y sĩ.

Jīvakambavana, Kì-bà-già lê viên 耆婆 伽梨園.

jīvita, mạng 命, chánh mạng 正命.

Jotika (Jotiya), Nguyệt Quang 月光.

K
---

kabalīkāra, đoàn thực 摶食.

Kaccāna, Ca-chiên-diên 迦栴延, Tỳ-kheo.

kakkaṭaka, trùng nhiêu cước 虫饒腳, con cua.

Kakusandha, Câu-lâu-tôn 拘樓孫, Câu-lũ-tôn, 拘屢孫 (Phật).

kalā, kỹ thuật 技術, bộ phận.

kāladāna, ứng thời thí 應時施.

kālaññū, tri thời 知時.

kāḷārikā, ca-la-lặc tượng 迦羅勒象, voi.

Kālī, hắc 黑.

Kāḷudāyin, Ca-lưu-đà-di 迦留陀夷.

kāma, dục 欲.

kāma-bhava, dục hữu 欲有.

Kāmabhū, Ca-lệ 迦淚.

kāmacchanda, ái dục 愛欲, dục ái 欲愛.

kāmadhātu, dục giới 欲界.

kāmāna assādo, dục vị 欲味.

kāma-rāga, dục tham 欲貪, dâm dục 婬欲.

kāmāsava, dục lậu 欲漏.

kāma-sukhallikānuyo, dục cập lạc 欲及樂, hành tham lạc dục.

kāma-taṇhā, dục ái 欲愛.

kāma-vitakko, dục tầm 欲尋.

kāmesanā, dục tầm cầu 欲尋求.

kāmesu micchākāro, tà dâm 不邪婬.

Kammāsadhamma, Câu-lưu-sa pháp hành thành 拘留沙法行城.

kāmogho, dục lưu 欲流.

kāmupādānaṃ, dục thủ 欲取.

Kanakamuni, Câu-na-hàm 拘那含 (Phật).

Kaṇḍarāyana, Gian-trà姦茶, Thượng Sắc上色 (bà-la-môn).

kaṇeru, ca-nê-lưu tượng 迦泥留象, voi.

kaṇika, ca-ni thụ 迦尼, cây.

kaṅkhā, nghi 疑.

Kaṅkhā-Revata, Hồ Nghi Ly-viết 狐疑離曰 (tì-kheo).

kaṅkhā-vitaraṇa-visuddha, độ nghi tịnh 度疑淨.

Kapila, Kiếp-tì-la 劫毘羅 (bà-la-môn).

Kapilavatthu, Ca-tì-la-việt, 迦毘羅越, Ca-tì-la-vệ 迦毘羅衛, Ca-tì quốc 迦毘 國, (nước, thành).

kappabindu, điểm tịnh 點淨.

Kappaka, kiếp tỉ 劫比: kiếp-bắc 劫北, thợ hớt tóc (của vua).

kappakara, kappakata, phân biệt 分別, tác tịnh 作淨, hợp thức hóa sử dụng.

kappāsika, kiếp-ba-dục 劫波育, vải bông gòn.

Karavīka, Khư-la sơn 佉羅山.

karuṇā, từ 慈, từ mẫn 慈愍, bi 悲.

kasāya = kasāva, ác trược 惡濁.

kāsāya, cà-sa 袈裟 (y).

Kāsi, Ca-thi quốc 迦尸國.

kasigorakkha, điền tác 田作, canh tác và mục ngưu/ chăn bò.

Kāsika, Ca-thi 迦尸 (người, sản vật).

Kassapa, Ca-diếp 迦葉 (Phật).

kāya, thân 身.

kāya-gata-sati, niệm thân hành 念身行.

kāya-sakkhi, thân chứng pháp 身證法.

kāya-saṅkhāra, thân hành 身行.

kāyena sacchikaraṇīyā, thân tác chứng.

ketu, tràng 幢, phướn.

Ketumatī, Kê-đầu thành 雞頭城.

kevala-dukkhakkhanda, khổ thạnh ấm 苦盛陰, thuần khổ tụ 純苦聚, khối thuần khổ.

kilesa, phiền não 煩惱.

Kimbila, Kim-tì-la 今毘羅.

kinnara, chân-đà-la 甄陀羅, khẩn-na-la 緊那羅.

Kisā-Gotamī, Cơ-đàm-di 機曇彌, Cơ-lê-xá-cù-đàm-di 機梨舍瞿曇彌, Cơ-lợi-thi 基利施 (Tỳ-kheo-ni).

Kokālika, Cù-ba-li 瞿波離 (tỳ-kheo).

kokila, câu-sí-la 拘翅羅, chim.

Kolita, Câu-lợi-đà 拘利陀, Câu-luật, 拘律.

Komārabhacca, Kì-bà-già 耆婆伽.

Komudī, Nguyệt Quang phu nhân 月光夫人.

Koṇāgamana, Câu-na-hàm 拘那含 (Phật).

Koṇḍañña, Câu-lân 拘鄰, Kiều-trần-như 僑陳如.

Kosala Câu-tát, Câu-tát-la 拘薩, 拘薩羅.

Kosambī, Câu-thâm 拘深, Kiều-thưởng-di 僑賞彌 (thành).

Kosika (Kosiya), Câu-dực 拘翼, Cù-dực 瞿翼.

kosohita-vatthaguhya, ấm mã tàng 陰馬藏.

Koṭa-rāja, Túc-tán quốc vương 粟散國王.

Kukkula niraya, Thang hỏa địa ngục 湯火地獄.

kukkuṭa, kê 雞, gà.

kuladuhitā, tộc tính nữ 族姓女.

kulaṃkula, gia gia 家家 (Thánh giả).

kulaputta, tộc tính tử 族姓子.

Kumāra-Kassapa, Câu-ma-la-ca-diếp, 拘摩羅迦葉, Đồng Chân Ca-diếp 童真迦葉.

kumbhaṇḍa, Câu-bàn-đồ (trà) 拘槃茶.

kumbhinī, Cùng-tị-ni 窮鼻尼.

kumbhīra, Kim-tì-la 金毘羅.

kumuda, câu-mâu-đầu 拘牟頭 (voi, hoa, địa ngục).

Kuṇāla, Câu-na-la 拘那羅.

Kuṇḍadhāna, Quân-đầu-ba-hán 君頭波漢, Quân-đồ-bát-hán 君屠鉢漢 (tỳ-kheo).

Kuṇḍalakesā, Quân-trà-la Hệ Đầu 君[11]茶羅 <lb n="0750b18"/>繫頭.

Kuru (Karuṣa?), Câu-lưu-sa quốc 拘留沙國, Cú-lưu 句留.

Kusinagara, Câu-thi-na-kiệt 拘尸那竭.

Kusināgara-Malla, Câu-di-na-ma-la 拘夷那摩羅.

Kusinārā, Câu-di-la-việt, Câu-di-na-kiệt 拘夷羅越, 拘夷那竭 (thành, nước).

kūṭāgāra, cưu-tra-già-la 鳩吒伽羅, trùng các 重閣.

Kūṭagārasālā, Trùng các giảng đường 重閣講堂 Cao Đài tự 高臺寺.

Kuvena, Câu-tì-la 拘毘羅.

khalupacchābhattika, chánh trung thực 正中食.

khandha, ấm 陰, uẩn 蘊.

khandha-dhātu-āyatana, ấm, trì, nhập 陰持入, uẩn-xứ-giới 蘊處界.

Khara, Già-la 伽羅, quỷ.

Khārodakanadī, Khôi Hà địa ngục 灰河地獄, địa ngục sông tro.

khattiya, sát-lợi 剎利.

Khemā Sám 懺, Sai-ma 差摩 (tỳ-kheo-ni).

khemā, yogakhema, an ổn 安隱.

khetta, điền 田, quốc độ (thổ) 國土; *khettānam adhipati,* điền chủ 田主; *puññakkhetta,* phước điền 福田.

Khiḍḍā-padosika, Hý vong thiên 戲忘天.

khīṇa-gati, chư thú dĩ tận 諸趣已盡.

khīṇa-jāti, sinh dĩ tận 生已盡.

khīṇāsava, lậu tận 漏盡.

Khitaka, Quỷ đà 鬼陀.

Khujjuttarā, Cửu-thọ-đa-la 久壽多羅.

Khuradhāra -niraya, Đao sơn địa ngục 刀山地獄.

L

lābha, lợi 利.

lābha-lobha, lợi dưỡng 利養, lợi đắc 利得.

lābha-sakkāra, lợi dưỡng cung kính 利養恭敬.

Lakuṇṭaka-Bhaddiya, La-bà-na-bà-đề 羅婆那婆提.

laṅgī, phụ vật 負物, then cài cửa.

lobha, tham 貪.

lobho akusalamūlaṃ, tham bất thiện căn 貪不善根.

loka, thế gian 世間, thế tục 世俗.

loka-dhamma, thế pháp 世法.

loka-dhātu, thế giới 世界.

loka-jana, thế gian nhân dân 世間人民.

loka-kheḷa, thế thoá 涕唾.

loka-saññā, thế gian tưởng 世間想.

lokavidū, thế gian giải 世間解.

Lokāyatika, Lô-ca-diên 盧迦延, Thế Điền 世典, bà-la-môn.

M

Macchīkasaṇḍa, Ma-sư sơn 摩師山.

madhupiṇḍikaṃ, mật hoàn 蜜丸.

madhupiṇḍika-pariyāya, cam-lộ pháp vị 甘露法味, mật hoàn pháp môn 蜜丸法門.

madhu-phāṇita, thạch mật 石蜜.

Madhurā, Ma-sấu quốc 摩瘦國.

Magadha, Ma-kiệt-đà 摩竭陀.

magga, đạo 道.

maggāmaggañāṇadassanavisuddha, đạo phi đạo kiến tịnh 道非道見淨.

mahā-bhūmi, đại địa 大地.

Mahābrahamā, Đại Phạm thiên 大梵天.

Mahā-cakkavāḷa, Đại thiết vi sơn 大鐵圍山.

mahā-citta, đại tâm 大心.

mahācorā, đại tặc 大賊.

Mahācunda, Ma-ha-chu-na 摩訶周那, Quân Đầu 均頭.

Mahādeva, Đại Thiên 大天.

mahā-dhamma, đại pháp 大法.

mahaggata-citta, đại tâm 大心.

Mahākaccāna, Ma-ha-ca-diên-na 摩訶 迦延那, Ma-ha-ca-già-diên, 摩訶迦遮 延.

Mahā-Kappina, Đại Ca-thất-na 大迦匹那.

Mahā-Kassapa, Đại Ca-diếp 大迦葉.

Mahākoṭṭhika, Câu-hi-la 拘絺羅.

Mahākoṭṭhika, Ma-ha-câu-hi-la 摩訶拘絺羅.

mahā-lābha, đại lợi 大利.

Mahāmoggallāna, Đại Mục-kiền-liên 大目乾連.

Mahānāga, Ma-ha-na-cực 摩呵那極.

mahānagnabala, ma-ha-na-cực lực 摩呵那極力, lực của đại long.

Mahānāma, Ma-ha-nam 摩訶男, Ma-ha-nạp, 摩訶納.

Mahānāma-Sakka, Ma-ha-nam Thích 摩訶男釋.

mahanta sapparāja, đại long 大龍, đại xà vương 大蛇王.

mahāntaṃ kulam, đại gia 大家, đại tộc 大族.

Mahāpajāpatī-Gotamī, Đại Ái Đạo Cù-đàm-di 大愛道瞿曇彌.

Mahā-Panthaka, Ma-ha Bàn-đặc 摩訶槃特.

mahāpurisa, đại nhân 大人.

mahā-phala, đại quả báo 大果報.

mahā-rāja, đại vương 大王.

mahārukkha, đại thọ 大樹.

Mahāsammato, Đại Oai vương 大威王, đại chúng tuyển.

mahāsamudda, đại hải 大海.

Mahāvana, Ma-ha-bà-na 摩訶婆那, đại lâm.

mahāyāga, đại thí 大施.

mahoraga, ma-hầu-lặc 摩睺勒, ma-hưu-lặc 摩休勒.

majjhimesu janapadesu, trung quốc 中國.

makara, ma-kiệt ngư 摩竭魚, cá kinh.

Makkhādeva, Ma-ha-đề-bà 摩訶提婆.

Makkhali-gosāla, Mạt-khư-lê Cù-da-lâu 末佉梨瞿耶樓.

Makhādeva-ambavana, Đại Thiên viên 大天園, Cam lê viên 甘梨園.

mālā, makuṇḍala, anh lạc 瓔珞.

mala, trần cấu 塵垢.

Malla, Lực sĩ 力士, Ma-la 摩羅, Mạt-la tộc 末羅族.

Mallikā, Ma-lợi Phu nhân 摩利夫人.

māna, mạn 慢, kiêu mạn 憍慢.

māna-citta, kiêu mạn tâm 憍慢心.

māna-saṃyojana, mạn kết 慢結.

māṇava, ma-nạp 摩納.

māṇavaka, ma-na-bà 摩那婆

mañcaka, sàng 床.

Mandhātā, Đảnh Sanh vương 頂生王.

maṅgala, cát tường 吉祥.

maṇi, maṇi-ratna, bảo châu 寶珠.

mano = manas, ý 意, tâm ý 心意.

mano-duccarita, ý ác hành 意惡行.

mano-saṅkhāra, ý hành 意行.

mano-sucarita, ý thiện hành 意善行.

mano-viññāna, ý thức 意識.

Mantānī, Di-đa-na-ni 彌多那尼, Mãn Túc, 滿足.

manussa, nhân 人, nhân gian 人間.

Māra, Ma 魔.

Māra Pāpimant, Tệ ma 弊魔, Tệ ma Ba-tuần 弊魔波旬.

maraṇa, mạng chung 命終, tử 死.

maraṇassati, tử niệm 死念.

Mārapakkha, Ma-hành thiên tử 魔行 天子, Ma-hành thiên nhân, 魔行天人.

marīcikā, dã mã 野馬, dương diệm 陽炎.

Marīcika-lokadhātu, Dã Mã thế giới 野馬世界.

mata, vong giả 亡者.

mātā-pettibhāta, hiếu thuận phụ mẫu 孝順父母.

mattaññū, tri tiết 知節.

Mathurā, Ma-sấu quốc 摩瘦國.

māyā, cuống hoặc 誑惑.

Māyā, Cực thanh diệu 極清妙, Ma-da Phu Nhân 摩耶.

Megha, Vân Lôi 雲雷, Di-khước 彌卻.

Meghiya, Di-hề 彌奚.

Meṇḍaka, Mẫn Thố 泯兔.

mettā cetovimutti, từ tâm giải thoát 慈心解脫.

mettā, từ 慈.

Metteyya, Di-lặc 彌勒.

methuna, dâm dục 婬欲

micchādiṭṭhi, tà kiến 邪見.

micchattaniyato rāsi, tà định tụ 正定聚.

Migāramātupāsāda, Đông uyển Lộc Mẫu viên 東苑鹿母園, Đông viên Lộc tử mẫu giảng đường 東園鹿子母講堂.

Migasīsa, Lộc Đầu 鹿頭

Missaka, Tạp chủng viên 雜種園.

Mithilā, Di-đệ-la quốc 彌梯羅國, Mật hi 蜜絺, Mật-đề-la

蜜提羅, Mật-hi-la 蜜絺羅.

Mogharāja, Diện vương 面王.

moha, ngu si 愚癡.

moho akusalamūlaṃ, si bất thiện căn 癡不善根.

Moliya-phagguna, Mậu-la-phá-quận 茂羅破郡 (tỷ-kheo).

mukha, khẩu 口.

mukhara, khẩu ác hành 口惡行.

mūḷha, ngu si 愚癡.

mūḷhagabbha, trọng nhâm 重妊, thai dị thường, khó sinh.

Muṇḍa, Văn-trà vương 文荼王.

Muni, Mâu-ni 牟尼.

musā-vāda, vọng ngôn 妄言, vọng ngữ 妄語.

Mūsila, Mãn Tài trưởng giả 滿財長者.

muttacāga, thí xả 施捨, phóng xả 放捨, giải thoát huệ thí bất vọng kỳ báo 解脫惠施不望其報.

N

Nadī-Kassapa, Giang Ca-diếp 江迦葉.

nāga, long 龍.

Nāgapāla, Na-già-ba-la 那伽波羅.

nagara, thành 城, thành quách 城郭.

Nāgottara, Long Ưu-đa-la 龍優多羅.

Nālāgiri (Dhanapāla), Na-la-kì-lê 那羅祇梨.

Nālaka, Na-la-đà 那羅陀, thôn.

Naḷerupicumanda-verañja, Tì-la-nhã trúc viên thôn 毘
羅若竹園村.

Nalijaṅgha, Trúc Bác 竹膊.

nāma-rūpa, danh sắc 名色.

namo, nam-mô 南無.

ñāṇadassana, tri kiến 知見.

nānatta, nhược can loại 若干類.

Nanda gopālaka, Nan-đà 難陀, người chăn bò.

Nandā, Nan-đà 難陀, ao tắm.

Nanda, Nan-đà 難陀, long vương.

Nandaka, Nan-đà-ca 難陀迦.

Nandanavana, Nan-đàn-bàn-na viên 難檀槃那, Nan-đàn-bàn-na, 難檀槃那, Hỉ viên 喜園.

Nandā-pokkharaṇī, Nan-đà dục trì 難陀浴池.

Nandipāla, Nan-đề-bà-la 難提婆羅.

Nandiya, Nan-đề 難提.

Nārada, Na-la-đà 那羅陀.

Nārāyaṇa, Na-la-diên 那羅延, thiên.

naṭa, kỹ nhạc 伎樂, ca vũ 歌舞.

nayuta, na-thuật 那術, đơn vị.

nekkhamma-vitakko, xuất ly tầm 出離尋.

Nemindhara, Ni-di-đà sơn 尼彌陀山.

Nerañjarā, Liên-nhã hà 連若河, Ni-liên-thiền hà 尼連禪河.

nevasaññā-nāsaññāyatana, hữu tưởng vô tưởng xứ 有想無想處, phi tưởng phi phi tưởng xứ 非想非非想處.

nevasaññānāsaññāyatanūpagā, hữu tưởng vô tưởng xứ thiên 有想無想處天, phi tưởng phi phi tưởng xứ thiên 非想非非想處天.

Nevasaññināsaññino, Ni-duy-tiên thiên 尼維先天.

nibbāna, nê-hoàn 泥洹, nê-viết 泥曰, niết-bàn 涅槃.

nibbhuta, tịch diệt 寂滅.

nīca, hạ tiện 下賤.

nīca-kula, hạ liệt gia 下劣家.

nidāna, duyên bản 緣本, nhân duyên 因緣.

nidhāna, bảo tạng 寶蔵.

nigama, tụ lạc 聚落.

Nigaṇṭha-Nātaputta, Ni-kiền-đà Nhã-đề tử 尼乾陀若提子, Càn-đà tử 乾陀子, Ni-kiền tử 尼键子.

nigrodha, ni-câu-lưu 尼拘留; ni-câu-loại thọ 尼拘類樹.

Nigrodhāgāma, Thích-sí ni-câu-lưu viên 釋啻尼拘留園.

Nikrodha, Vô Nhuế 無恚, ngoại đạo.

Nimi, Nhẫm 荏, vua.

Nimmānarati, Hóa Tự Tại thiên 化自在天.

Nirabbuda, Ni-la-phù-đà 尼羅浮陀, địa ngục.

nirāmisa, bất thực 不食, phi vật chất, phi vật dục.

niraya, địa ngục 地獄.

nirodha, diệt 滅.

nirutti-paṭisambhidā, từ vô ngại giải 詞無礙解.

nisīdana, ni sư đàn 尼師壇, toạ cụ 坐具.

nissaraṇa, xuất yếu 出要.

Nīta, Cứu Cánh 究竟, Bích-chi-phật.

Niṭṭha, Cứu Cánh 究竟, Bích-chi-phật.

nivāraṇa, ấm cái 陰蓋(= triền cái).

niyyūha, giai đầu 階頭, môn lâu 門樓.

O

ovāda, giáo thọ 教授.

ovādaka, giáo thọ 教授 (người).

ovadati, giáo thọ 教授.

P

paccaya, duyên 緣.

Paccekabuddha, Bích-chi Phật 辟支佛.

paduma, ba-đầu-ma 波頭摩, bát-đầu-ma 鉢頭摩, liên hoa 蓮花.

Paduma-niraya, Bát-đầu địa ngục 鉢頭 地獄, Liên hoa địa ngục 蓮華地獄.

Pahārāda, Ba-ha-la 波呵羅, a-tu-la.

pāja, chúng sinh 眾生.

pakkhapaṇḍaka, bán nguyệt 半月.

Pakudha-Kaccāyana, Ba-hưu-ca-chiên 波休迦旃.

palāsa, ác ý 惡意.

pamāda, phóng dật 放逸.

paṃsukūlika, bổ nạp y 補納衣, ngũ nạp y giả 五納衣者, trì phấn tảo y 持糞掃衣.

pañca cetokhilā, ngũ tâm tệ 五心弊.

pañca kāmaguṇā, ngũ dục 五欲.

pañca nīvaraṇāni, ngũ cái 五蓋.

pañca ngũ 五.

pañca sīla, ngũ giới 五戒.

pañca upādānakkhandhā, ngũ thịnh ấm 五盛陰, thủ uẩn.

pañcābhiññā, ngũ thông 五通.

pañca-citta-saṃyojana, ngũ tâm kết 五心結.

pañca-dāna, ngũ huệ thí 五惠施.

pañca-dāruṇa, ngũ nghịch ác 五逆惡.

pañca-devatā (Skt), ngũ đạo chi thần 五道之神.

pañca-dūta, ngũ sử 五使.

pañca-gati, pañca gatayaḥ, ngũ đạo 五道.

pañca-mahā-dāna, thí 五大施.

pañca-mahā-devatā, ngũ đạo đại thần 五道大神.

pañca-mahā-janapada, ngũ đại quốc 五大國.

pañca-maṅgala, ngũ thụy ứng 五瑞應.

pañca-saṃyojana, ngũ kết 五結.

Pañcasikha, Bàn-già-tuần 般遮旬.

pañcavidhabandhana, ngũ phược 五縛.

pañcorambhāgiyānisaṃyojana, ngũ hạ phần kết 五下 分結.

Paṇḍava, Bạch thiện sơn 白善山.

paññāvimutta, tuệ giải thoát 慧解脫.

pāpakā akusalā dhammā, ác bất thiện pháp 惡不善法.

pāpaka diṭṭhigata, ác kiến 惡見.

pāpaka kamma, akusala kamma, ác nghiệp 惡業.

pāpakā, ác 惡.

papañca, điều hí 調戲, hí luận 戲論.

papañca-saññā-saṃkhā, điều hí 調戲, hư vọng 虛妄, hí luận vọng tưởng.

Pāpimant, Ba-tuần 波旬.

para-loka, tha thế giới 他世界, hậu thế 後世.

paricāraka, thị giả 侍者.

Pāricchattaka, trú độ 晝度, cây.

Pāricchattakavana, Trú độ viên 晝度園.

paridevanā, bi khấp 悲泣.

parisaññū, tri chúng 知眾.

parītta, phó thụ 付授, hộ chú.

parivajjanā pahātabbā, viễn ly đoạn 遠離斷.

parivajjanā, viễn ly 遠離

parivajjeti, xả ly

parivāra, thị nhân 侍人, tùy tùng 隨從, quyến thuộc 眷屬.

pariye ñāṇaṃ, tha tâm trí 他心智.

pasaddhakāyasaṅkhāro, y ỷ thân hành 依倚身行, thân hành khinh an.

Pasenadi, Ba-tư-nặc 波斯匿, vua.

passaddhisambojjhaṅga, y giác ý 猗覺意, khinh an giác chi 輕安覺支.

Paṭācārā, Ba-la-giá-na 波羅遮那.

pāṭali, ba-la-lợi 波羅利, cây hoa.

Pāṭaliputta, Ba-la-lê quốc 波羅梨國.

paṭhama-jhāna, sơ thiền 初禪.

paṭibhāna, biện tài 辯才.

paṭibhānaṃ deti, thí biện tài 施辯才.

paṭibhānapaṭisambhidā, tự biện 自辯, biện vô ngại giải 辯無礙解.

paṭiccasamuppāda, nhân duyên 因緣, duyên khởi 緣起.

pāṭidesanīyā, hối quá 悔過.

paṭigha, sân

paṭighānusaya, sân nhuế sử 瞋恚使, sân tùy miên 瞋隨眠.

paṭihāriya, giáo hoá 教化, thị đạo 示導.

pāṭimokkha, ba-la-đề-mộc-xoa 波羅提木叉, biệt giải thoát 別解脫, cấm kinh 禁經.

pāṭimokkhuddesāya, thuyết giới 說戒.

paṭinissaga, xuất yếu 出要, xuất ly 出離.

paṭipadā-ñāṇadassana-visuddha, đạo tích kiến tịnh 道跡見淨, đạo tri kiến tịnh 道知見淨.

paṭisallānā yến tọa 晏坐, thiền tư 禪思.

paṭisambhidā, vô ngại giải 無礙解.

paṭisevanā pahātabbā, thân cận sở đoạn 親近所斷.

paṭisevanā paṭisaṃkhānabala, tư trạch lực 思擇力.

paṭisevanā, thân cận 親近.

paṭisevati, thân cận 親近.

pathavīdhātu, địa giới 地界.

pettivisayaṃ, ngạ quỷ giới 餓鬼界.

Pilinda-vaccha, Tì-lợi-đà-bà-già 比利陀 婆遮.

piṇḍa-dāyaka, phân-đàn bố thí 分檀布施.

piṇḍapāta, phân-vệ 分衛, khất thực.

piṇḍapātika, khất thực giả 者乞食.

Piṇḍola-Bhāradvāja, Tân-đầu-lô 賓頭盧.

piññāka, ma mễ 麻米.

Pippali-māṇava (Pippalānadāna), Tì-bát-la ma nạp 比 鉢羅摩納 (Tì-ba-la-da-đàn-na 比波羅耶檀那).

pīti, hỉ 喜, hỉ lạc 喜樂.

pītibhakkha, hỉ thực 喜食.

pītisambojjhaṅga, hỉ giác ý 喜覺意, hỉ giác chi 喜覺支.

piyā, ái kính 愛敬.

Piyaka, Thiện Niệm 善念.

pokkharaṇi, dục trì 浴池.

pubbaṇha, tảo thời 早時, thần triêu 晨朝.

puggala, nhân 人.

puggalaparoparaññū, tri nhân thắng như 知人勝如.

Punabbasu, Mãn Túc 滿宿.

puṇḍarīka, phân-đà-lợi hoa 分陀利華.

Puṇḍarīka-niraya, Phân-đà-lợi địa ngục 分陀利地獄.

Puṇṇa, Mãn Nguyện Thạnh Minh 滿願 盛明, Mãn Nguyện Tử 滿願子, Phú-lâu-na 富樓那.

pupphagandha, hoa hương 花香.

pura, thành quách 城郭.

Purāṇa-kassapa, Bất-lan-ca-diếp 不蘭迦葉.

purima-yāma, sơ dạ 初夜.

purohita, đại thần 大臣, phụ tướng 輔相, quốc sư 國師.

pūtimutta, đại tiểu tiện 大小便, hủ lạn 腐爛.

puthujjana, phàm phu 凡夫.

Phārusa, Phārusaka, Thô sáp 麁澁, vườn hoa.

pharusa-vācā, ác khẩu 惡口.

phassa āhāra, cánh lạc thực 更樂食, xúc thực 觸食.

phassa, cánh 更, xúc 觸.

phassāyatana, tế hoạt cánh lạc nhập 細滑更樂入, xúc xứ 觸處.

R

rāga, tham 貪, tham dục 貪欲, tham ái 貪愛.

Rāhula, La-vân 羅雲, La-hầu-la.

rājā, rājan, vương 王, quốc vương 國王.

Rājagaha, Vương Xá thành 王舍城.

rāja-mahā-matta, đại thần 大臣.

rāja-putta, thái tử 太子.

rajo-mala, trần cấu 塵垢.

rakkha, la-sát 羅剎.

ratana, bảo vật 寶物.

ratna-chatta, bảo cái 寶蓋.

ratna-gabbha, bảo tạng 寶蔵.

ratna-vatthu, bảo vật 寶物.

rattanattaya, tam bảo 三寶.

Raṭṭhapāla, La-tra-bà-la 羅吒婆羅.

Rohiṇī, Lô-hê-ninh 盧醯甯.

Rohitassa devaputta, Mã Huyết thiên tử 馬血天子.

Rohītassa, Mã Huyết 馬血.

Roruva, Thế khốc 涕哭, địa ngục.

rukkhamūlika, tọa thọ hạ 坐樹下, hành đầu -đà.

rūpa anicca, sắc vô thường 色無常.

rūpa, sắc 色.

rūpa-bhava, sắc hữu 色有.

rūpa-dhātu, sắc giới 色界.

rūpa-samudaya, sắc tập 色習.

rūpa-taṇhā, sắc ái 色愛.

S

sa-akkhaya, Hữu tự 有字.

sabbakāyapaṭisaṃvedī, dụng tâm trì thân 用心持身, cảm thọ toàn thân.

sabbaññu, nhất thiết trí 一切智.

sabbatthagāminiṃ paṭipadaṃ, biến thú hành trí lực 遍趣行智力.

sabhā, đường 堂.

sabrahmacarī, phạm hạnh nhân 梵行人, đồng phạm hạnh 同梵行.

sacca, chân đế thật 眞諦實.

Saccaka-Nigaṇṭhaputta, Tát-già Ni-kiền tử 薩遮尼健子

Saculā, Xá-cưu-lê 舍鳩梨.

Sadāmatta, Hoan Duyệt thiên 歡悅天.

saddhā, tín 信.

saddhammassa-vanaṃ, thính văn chánh pháp 聽聞正法

saddhānusārī, tùy tín hành 隨信行, trì tín (nhân) 持信 (人).

saddhā-sampanna, tín thành tựu 信成就.

saddhā-vimutta, tín giải thoát 信解脱, tín thắng giải 信勝解.

saddhindriyam, tín căn 信根.

sādhu, thiện tai 善哉.

sāgara-pariyanta, hải biểu 海表.

sagga, sinh thiên 生天.

sahajīvita, đồng học 同學.

saha-lokadhātu, nhẫn giới 忍界, sa-bà thế giới 娑婆世界.

Sahampati, sa-bà (thế giới) chủ 娑婆世界主, Phạm thiên.

sahassa majjhimakā lokadhātu, trung thiên thế giới 中

千世界.

sahassa, thiên 千.

sahassadhā-loka, thiên thế giới 千世界.

sahassa-neta, thiên nhãn 千眼.

sahassa-sakkha, thiên nhãn 千眼.

sahassīlokadhātu, thiên thế giới 千世界.

sahāya, bạn lữ 伴侶.

sakadāgāmin, tư-đà-hàm 斯陀含, nhất lai 一來.

sakāya, hữu thân 有身.

Sakka, Thích 釋.

Sakka-devānāṁ-inda, Thích Đề-hoàn Nhân 釋提桓因.

sakkāya-diṭṭhi, hữu thân kiến 有身見, thân tà 身邪.

Sakkeṣu, Thích-sí 釋翅, Thích-sí-sấu 釋翅瘦.

Sakulā, Xa-câu-lê 奢拘梨 (Tỳ-kheo-ni)

sakuṇa, điểu 鳥.

sālā, đường 堂.

salākā, xá-la 舍羅, trù 籌.

salākāgāha, thọ trù 受籌.

sāli-mamsodana, canh lương 粳糧.

salla, Tiễn 箭.

Sāmā, Xa-ma 奢摩 (Tỳ-kheo-ni).

samādāna, thọ 受, thệ nguyện 誓願.

samādapetā, đạo sư 導師.

samādhāna, tam-muội giả 三昧者, đẳng trì 等持.

samādhi (Skt), tam-muội 三昧, định 定, đẳng trì 等持.

samādhi-bala, tam-muội lực 三昧力.

samādhi-dhanu, tam-muội chi cung 三昧弓.

samādhija pītisukha, niệm ỷ hỷ an 念猗喜安, định sinh hỷ lạc 定生喜樂.

samādhi-mūla, tam-muội căn 三昧根.

samādhindriya, định căn 定根.

samādhi-samanvāgata, tam-muội thành tựu 三昧成就.

samādhi-saṃbojjhaṅga, tam-muội giác ý 三昧覺意, định giác chi 定覺支.

samādhita-citta, định tâm 定心.

samagga-saṃgha, hòa hợp chúng 和合眾.

samāhita citta, định ý 定意, tâm định 心定, tam-muội tâm 三昧心.

samāhita, tam-muội giả 三昧者, định 定.

samaṇa, sa-môn 沙門.

sāmaṇera, sa di 沙彌.

sāmaṇerī, sa di ni 沙彌尼.

samatha, chỉ 止.

samatha-vipassanā, chỉ quán 止觀.

Sāmāvatī, Xá-di phu nhân 舍彌夫人.

samaya, thời 時, kiếp 劫.

Sambarimāyā, Huyễn Thuật 幻術, vua a-tu-la.

saṃbhoga, thọ dụng 受用, báo 報.

sambodha, chánh giác 正覺.

Sambuddha, Tam-phật 三佛.

saṃgaṇikā, giao thông 交通, tập hội 集會.

saṃgha, tăng 僧, đại chúng 大眾.

saṃgha-pūjā, cúng dường chúng tăng 供養眾僧.

Saṃgharakṣa, Tăng-già-la-sát 僧伽羅剎.

saṃgha-sāmaggī, hòa hợp chúng 和合眾.

Samiddhi, Sa-di-đà 娑彌陀.

sāmisa sukha, thực lạc 食樂.

sāmisa, thực vật 食物.

Samjīva, đẳng hoạt 等活, địa ngục.

saṃkacchā, saṃkacchika, tăng-kì-chi y 僧祇支衣, phú

kiên y 覆肩衣, kiệt-chi đới 竭支帶.

Saṁkha, Nhưỡng-khư đại vương 蠰佉大王.

saṁkhitta-cittaṁ, nhiếp tâm 攝心, thọ nhập tâm 受入心

sammā-ājiva, chánh mạng 正命.

sammad-aññā-vimutta, bình đẳng giải thoát 平等解脱, chánh trí giải thoát 正智解脱.

sammādiṭṭhi, chánh kiến, đẳng kiến 正見, 等見.

sammākammamta, chánh hành 正行, chánh nghiệp 正業.

sammā-paṭipadā, chánh hành 正行.

sammā-samādhi, chánh định正定, đẳng tam-muội 等三昧.

Sammāsambuddha, Tam-da-tam-phật 三耶三佛.

sammā-sati, chánh niệm 正念.

sammattaniyato rāsi, tà định tụ 邪定聚.

sammāvācā, chánh ngữ 正語.

sammāvayāma, chánh phương tiện 正方便, chánh tinh tấn 正精進.

saṁmoha, ngu hoặc 愚惑.

saṁmūḷha (Skt), ngu hoặc 愚惑.

saṁsārasuddhi, luân hồi tịnh *hóa* 輪迴淨化 (thuyết).

samudaya, tập 集, tập khởi 集起.

saṃvara pahātabba, phòng hộ đoạn 防護段.

saṃvara, phòng hộ 防護, luật nghi 律儀.

saṃyoga, giao tiếp 交接, phược 縛, ách 軛.

samyojana, kết phược 結縛, kết sử 結使.

Saṅgāmaji, Tăng-ca-ma 僧迦摩.

saṅghānussati, tăng niệm 僧念.

saṅghārāma, tăng-già-lam 僧伽藍.

saṅghātī, tăng-già-lê 僧伽梨.

saṅghe aveccappasāde, tăng chứng tịnh 僧證淨.

saṅghe pasannā, tịnh tín tăng 淨信僧.

sañjāti, xuất sinh 出生.

Sañjaya-belaṭṭhiputta, Tiên-tất-lô-trì 先畢盧持.

Sañjīva, Hoàn-hoạt 還活.

Saṅkassa, Tăng-ca-thi 僧迦尸 (nước).

saṅkhāra, hành 行.

saññā-vedayita-nirodha, tưởng thọ diệt 想受滅.

saññāvedayita-nirodha-samāpatti, tưởng thọ diệt tận định 想受滅滅盡定.

saññojana = saṃyojana, hệ phược 繫縛.

Sānti, San-đề 删提, tức息.

santuṭṭhi, tri túc 知足.

Santhāgārasālā, Phổ Nghĩa giảng đường 普義講堂, Tập Hội đường 集會堂.

sapadānacārika, thứ đệ khất thực 次第乞食.

sappi, đề hồ 醍醐.

sappi-maṇḍa, đề hồ vị 醍醐味.

sappurisa, thượng nhân 上人, chân nhân 真人, thiện sĩ 善士.

sappurisa-saṃsevo, thân cận thiện sỹ 親近善士.

sara, âm thanh 音聲.

saraṇa, quy y 歸依.

saraṇattaya, tam quy 三歸.

sārathi, ngự giả 御者.

sati, chánh niệm 正念.

sati-paṭṭhāna, niệm trụ 念住, niệm xứ 念處, ý chỉ 意止.

sati-sambojjhaṅga, niệm giác ý 念覺意, niệm giác chi 念覺支.

satta viññāṇaṭṭhitiyo, thất thức trụ 七識住, thất thức xứ 七識處, thần chỉ xứ 神止處.

satta anusayā, thất sử 七使.

satta, chúng sinh 眾生.

satta, thất 七.

sattaṭṭhānakusala, thất xứ thiện 七處善.

Sattisūla, Kinh cức 荊棘, địa ngục.

Satthā devamanussānaṃ, Thiên nhân sư 天人師.

satthā, tôn sư 尊師.

sattha, thương nhân 商人.

sāvaka, thanh văn 聲聞.

savitakka-savicāra, hữu giác hữu quán 有覺有觀.

savyāpajjha-citta, sân nhuế tâm 瞋恚心.

sayana, ngọa cụ 臥具, sàng tọa 床座.

sāyaṇha, nhật 日, bô thời 晡時.

sekha, hữu học 有學

sekhabhūmi, học địa 學地.

Sela, Thi-la 施羅, tỳ-kheo.

Senagāma, đại tướng thôn 大將村.

senāsana, ngọa cụ 臥具.

Seniya, Tư-ni 斯尼.

setachattā, bạch tản cái 白傘蓋.

Shindu, Tân-đầu 新頭.

Sīhaḷa, Sư Tử quốc 師子國.

Sīha-mukha, Sư Tử khẩu 師子口.

Sīhasenāpati, Sư Tử 師子(đại tướng).

Sikhi, Thức-cật 式詰 (Phật).

sīla, giới 戒.

sīlabbata-parāmāsa, giới đạo kết 戒盜結, giới cấm thủ 戒禁取.

sīlabbatupādānaṃ, giới cấm thủ 戒禁取.

sīla-kathā, giới luận 戒論.

sīlamaya puññakiriyavatthu, giới loại phước nghiệp sự 戒類福業事.

sīlānussati, niệm giới 念戒.

sīla-visuddha, giới thanh tịnh 戒清淨.

simbala, thiết xoa thọ 鐵叉樹.

siṃha, sư tử 師子.

siṃha-nāda, sư tử hống 師子吼.

siṃha-rāja, sư tử vương 師子王.

Sindhū, Tân-đầu 新頭, Tư-đầu, 私頭.

sippaṭṭhāa, công xảo xứ 工巧處, kỹ thuật 妓術.

Sirigutta, Thi-lị-quật 尸利掘, trưởng giả.

Sirimā, Thi-lị phu nhân 尸利夫人.

sirīsa, thi-lị-sa thọ 尸利沙樹.

Sītā, Tư-đà 私陀.

Sīvali, Thi-bà-la 尸婆羅.

Sodayin, Tu-đà 須陀.

soka, sầu ưu 愁憂.

soka-parideva-dukkha-domanassupayāsā, sầu ưu khổ não thống 愁憂苦惱痛, ưu bi khổ não 憂悲苦惱.

Somā Therī, Tố-Ma 素摩.

Soṇa Kolivīsa, Nhị thập ức nhĩ 二十億耳.

soṇa, cẩu 狗.

Soṇā, Thâu-lô-ni 輸盧尼.

sosānika, trũng gian tọa 塚間坐.

sotāpanna, tu-đà-hoàn 須陀洹, Dự lưu 預流.

Sotthiya, Cát Tường 吉祥.

Subāhu, Tu-bà-hưu 須婆休, Thiện Trửu 善肘 (tì-kheo).

Subhadda, Tu bạt 修跋, Tu-bạt-đà 須拔陀, phạm chí.

Subhakiṇhā devā, Biến Tịnh [thiên] 遍淨[天]

Subhūti, Tu-bồ-đề 須菩提, Thiện Nghiệp.

Subhūti-devaputta, Tu-bồ-đề thiên tử 須菩提天子.

Subrahmā, Tu-phạm-ma 修梵摩.

Subrahmī, Tu-phạm-việt 梵摩越.

sucarita, thiện hành 善行.

Sudanta, Tu-đàn 須檀.

Sudassana, Thiện Quán 善觀, Bích-chi-phật.

Sudatta-gahapati, Tu-đạt trưởng giả 須達長者.

Suddhakāḷakāna, Thuần Hắc 純黑.

Suddhāvāsa, Tịnh cư thiên 淨居天.

Suddhodana, Chân Tịnh vương 眞淨王.

sudhā, cam-lộ 甘露.

sudhamma, diệu pháp 妙法.

Sudhamma-sabhā, Pháp giảng đường 法講堂, Thiện Pháp giảng đường 善法 講堂.

sudhanna cam lộ thực 甘露食.

Sugāta, Thiện Lai 善來.

sugata, thiện thú 善趣.

sugati, thiện thú 善趣.

Sujātā, Thiện Sinh 善生.

sūkarā, trư 猪.

Sukkā, Thủ-ca 守迦.

Sukkodana, Thúc Tịnh Thích 叔淨釋.

sukhā paṭipadā dandhābhiññā, lạc trì thông hành 樂遲 通行

sukhā paṭipadā khippābhiññā, lạc tốc thông hành 樂 速通行.

sukhā vedanā, lạc thống 樂痛.

sukha, lạc 樂, khoái lạc 快樂.

Sumāgadhā, Tu-ma-già-đề 修摩迦提.

sumanā, tu-ma-na hoa, uu-ma-na 須摩那 (hoa).

Sumeru-pabbata, Tu-di sơn 須彌山.

Sundarī, Tôn-đà-lợi 孫陀利.

Sundarika-bhāradvāja, Tôn-đà-la-đế-lợi 孫陀羅諦利.

Sunetta, Thiện Mục 善目.

Sunidha, Tu-ni-ma 須尼摩, đại thần.

Sunīta, Tu-nê-đa 須泥多.

suñña brahmaṇa-vimāna, Không Phạm thiên 空梵天, Không Phạm thiên xứ 空梵天處.

suñña, không 空.

suññatā, không tịch 空寂.

suññatā-vihāra, hành không 行空.

suñña-vimokkha, không giải thoát 空解脫.

supaṭipanna, thiện hành 善行.

surā, tửu 酒.

Surādha, Tu-la-đà 修羅陀.

surā-meraya-majja-ppamāda-ṭṭhānānuyoga, ẩm tửu 飲酒 (uống rượu)

Susima, Tu thâm 須深, Tu-thâm-ma 須深摩.

suta, văn 聞.

suvaṇṇavaṇṇa, tử ma kim 紫磨金.

Suyāma, Tu-dạ-ma 須夜摩.

T

Tagarasikhī, Đa-ca-la-thi-khí 多迦羅尸棄, Thẩm Đế Trọng 審諦重辟, Bích-Chi Phật.

tāla, đa-la, độc đỉnh thọ 多羅, 獨挺樹.

taṇhā ponobhavikā nandi-rāga-sahagatā, ái đương lai hữu câu hữu hỉ tham 愛當來有俱有喜貪, đương lai hữu ái hỉ tham câu 當來有愛喜貪俱.

taṇhā, ái 愛.

tāṇhakkhayavimutti, ái tận giải thoát 愛盡解脫.

taṇhā-saṃyojana, ái kết 愛結.

tatiyajjihāna, tam thiền 三禪.

Tathāgata, Đa-tát-a-kiệt 多薩阿竭, Như Lai 如來.

Tathāgata-arahan, Đa-tát-a-kiệt-a-la-ha-tam-da-tam Phật.

Tāvatiṃsa devā, Tāvatiṃsā, Đao-lợi thiên 忉利天, Tam
    thập tam thiên 三十三天.

tayo addhā, tam thế 三世

tayo akusala-vitakkā, tam bất thiện tầm 三不善尋.

tayo kusa-lavitakkā, tam thiện tầm 三善尋.

tayo rāsī, tam tụ 三聚.

tayo samādī, tam tam-muội 三三昧.

tecīvarika, trì tam y giả 持三衣者.

tejodhātu, hỏa giới 火界.

tejo-samādhi, hỏa quang tam-muội 火光三昧.

tela, du 油.

tevijjā, tam đạt 三達, tam minh 三明.

ṭhāna, xứ 處.

ṭhānāṭhāna, xứ phi xứ 處 非處.

ṭhiti, thường trụ 常住.

ti, tayo, tissa, tīṇi, tam 三.

tīṇi akusala-mūlāni, tam bất thiện căn 三不善根.

tīṇi puñña-kiriya-vatthunī, tam phước chi nghiệp sự 三 福業事.

tīṇi saṃyojanāni, tam kết 三結.

tiparivattaṃ dvādasākāraṃ, tam chuyển thập nhị hành 三轉十二行 (Pháp luân).

tiracchānayoni, bàng sinh 傍生, súc sinh 畜生.

ti-sahassī mahāsahassī lokadhātu, tam thiên thế giới 三千世界.

Tissa, Đế-xa 帝奢.

tisso vedanā, tam thống 三痛, tam thọ 三受.

tisso vijjā, tam đạt minh 三達明.

ttarā, Tối Thắng 最勝, Ưu-đa-la 優多羅 (Tỳ-kheo-ni).

Tukhāra, Đâu-khư-lặc quốc 兜佉勒國.

Tusita devā, Đâu-suất thiên 兜率天.

thera, thượng tọa 上座, trưởng lão 長老.

theyya, thâu đạo 偷盗.

theyya-citta, đạo tâm 盗心.

theyya-saṃvāsaka, tặc trụ 賊住.

thīna, hôn trầm 昏沈.

thina-middha, hôn trầm thụy miên 昏沈 睡眠.

thūpa, thâu bà 偷婆, tháp.

U

Uccaṅgama, Ưu-thiền-già-ma 優禪伽摩.

uccāra, thỉ 屎, phân; uccāra-passāva, thỉ niệu 屎尿, phân và tiểu.

Udayabhadda, Ưu-đà-da 優陀耶 (thái tử).

Udāyi, Ưu-đà-di 優陀夷.

Udāyibhadda, Ưu-đà-da 優陀耶 (thái tử).

Udāyin, Ưu-đà-da 優陀耶.

Uddaka-Rāmaputta, Uất-đầu Lam-phất 鬱頭藍弗, Ưu-đạp-lam-phất-la 優蹋藍 弗羅, Uất-đà-la-la-ma tử 欝 陀羅羅摩子.

uddhacca, trạo cử 掉舉, điệu hý 調戲.

uddhacca-kukkucca, trạo cử ố tác 掉舉惡作, trạo hối 掉

悔, điệu hối 調悔.

Udena, Ưu-điền vương 優塡王.

udumbara, ưu-đầu-bạt-la 優頭跋羅, ưu-đàm-bát-la 優曇
缽羅 (cây, hoa).

Ugga-Vesālika, Ưu-ca-tì-xá-ly 優迦毘舍離, Úc-già trưởng
giả người Tì-xá-li.

Ujjaṅgala, Ưu-xà-già ⁿsơn 優闍伽山.

ujugata, chánh hành 正行.

Ukaṭṭhā, Ưu-ca-chi 憂迦支.

Ukkamaṇika, Ưu-kiềm-ma-ni 優鉗摩尼.

upādāna, thủ, thọ 取, 受.

upādānakkhandha, thịnh ấm 盛陰, thủ uẩn 取縕.

Upaka, Ưu-tì-già 優毘伽 (phạm-chí).

upakkilesa, tùy phiền não 隨煩惱.

Upāli, Ưu-ba-ly 優波離.

Upananda, Ưu-bàn-nan-đà 優槃難陀 (long vương).

Upanandā, Ưu-bát-nan-đà 優般難陀.

Upariṭṭha, Bà-lợi-tra 婆利吒.

Upāsabha, Cứu Cánh 究竟 (Bích-chi-phật).

upāsaka, ưu-bà-tắc 優婆塞, thanh tín sĩ 清信士.

upasamānussati, niệm hưu tức 念休息.

upasampāda, cụ túc giới 具足戒.

Upasena-Vaṅgantaputta, Ưu-ba-tiên-ca-lan-đà tử 優波先迦蘭陀子.

upāsikā, ưu-bà-tư 優婆斯.

Upatissa, Ưu-ba-đề-xá 憂波提舍.

upaṭṭhāna-sālā, Phổ Tập giảng đường 普集講堂.

Upavāṇa, Ưu-đầu-bàn 優頭槃.

upavattana, bản sở sinh xứ 本所生處.

upekkā, hộ 護, xả 捨; *upekkhā sati parisuddhaṃ,* hộ niệm thanh tịnh 護念清淨, xả niệm thành tịnh 捨念清淨.

upekkhāsambojjhaṅga, hộ giác ý 護覺意, xả giác chi 捨覺支.

Uposatha, Bồ-hô 菩呼 long vương.

uposatha, trai pháp 齋法.

Uposatha-kumāra, Vũ Hô Vương Tử 滿雨呼王子.

uppala, ưu-bát 優鉢, ưu-bát hoa hương, 憂鉢華香.

Uppalaka, Ưu-bát địa ngục 優鉢地獄.

Uppalavaṇṇā, Ưu-bát-hoa-sắc 優鉢花色, Ưu-bát-sắc, 優鉢色 (Tỳ-kheo-ni).

Uruvelā, Ưu-lưu-tì 優留毘.

Uruvela-Kassapa, Ưu-lưu-tì-ca-diếp 優留毘迦葉, Ưu-tì-ca-diếp 優毘迦 葉, Ưu-lâu-tần-loa-ca-diếp 優樓頻螺迦葉.

Usabhamukha, Ngưu đầu khẩu 牛頭口.

uttara, bắc phương 北方.

Uttara, Ưu-đa-la 優多羅 (Tỳ-kheo).

uttara-patha, bắc phương 北方.

uttarimanussadhamma, thượng nhân pháp 上人法.

V

vācā, ngữ 語, ngôn 言, khẩu 口.

vacī, ngữ 語,ngôn 言.

vacīsaṃkhāra, khẩu hành 口行.

Vajirapāṇī Yakkha, Mật Tích lực sĩ 密迹力士, Mật Tích Kim Cang lực sĩ, 密迹金剛力士.

Vakkali, Bà-ca-lê, Bà-ca-lợi 婆迦梨, 婆迦利.

Valāhaka, Bà-la-hàm 婆羅[21]含, Mã vương 馬王.

Vāmanikā, Bà-ma-na tượng 婆摩那象.

vana-saṇḍa, sơn lâm 山林.

Vaṅgīsa, Bằng-kì-xá 鵬耆舍.

Vappa, Bà-phá 婆破 (Tỳ-kheo).

Varaṇā, Bà-na quốc 婆那國.

Varuṇa, Bà-lưu-na 婆留那 (thủy thiên)

Vasabha, Bà-ta 婆嗟.

Vāsabhā-Khattiyā, Tát-la-đà-sát-lợi chủng 薩羅陀剎 利種.

Vāseṭṭha, Bà-tư-tra 婆私吒, Bạch y 白衣 (tỳ-kheo).

vassa, hạ 夏.

Vassakāra, Bà-lợi-ca 婆利迦, Vũ xá 雨舍 (bà-la-môn).

vassaṃ-vuṭṭha, hạ xuất 夏出, hạ khởi 夏起, thọ tuế nhật 受歲日.

vassika, bà-sư hoa 婆師華.

vāta, phong 風.

vāta-bādhiko, phong thống 風痛, tích thống 脊痛.

vatthu, xứ sở 處所, sự 事.

vaya, diệt 滅.

vaya-dhamma diệt pháp 滅法.

vāyamati, phương tiện 方便, tinh cần 精勤, tinh tấn 精進.

Vebhāra, Phụ trọng sơn 負重山.

vedanā, thọ 受.

vedanīya, báo 報, thọ báo 受報.

vedayita, giác tri 覺知.

Vedehī, Tì-đề 毘提.

Vehapphalā Devā, Quả Thật thiên 果實天.

Vejayanta-pāsāda, Tối Thắng 最勝講堂.

Vejayant-avimāna, Tối Thắng cung điện 最勝講堂宮殿

Velāma, Tỳ-la-ma 毘羅摩.

Veḷukaṇḍiyā-Nandamātar, Nan-đà mẫu 難陀母.

veḷuriya, lưu-ly 琉璃.

Veḷuvana-Kalandaka-nivāpa, Ca-la-đà trúc viên 迦羅陀
竹園, Ca-lan-đà trúc viên 迦蘭陀竹園

Vepacitti, Tì-ma-chất-đa-la 毘摩質多羅, vua a-tu-la.

Vepulla, Quảng Phổ sơn 廣普山.

Veroca, Tì-lô-giá 毘盧遮.

Vesāli, Tì-xá-li 毘舍離.

vessa, Tì-xá 毘舍, cư sĩ 居士, giai cấp.

Vessabhū , Tì-xá-bà 毘舍婆, Tì-xá-la-bà 毘舍羅婆, Phật.

Vessavaṇa, Tì-sa-môn 毘沙門, Đa Văn 多聞, thiên vương.

vibhīṭaka, tì-hê-lặc quả 毘醯勒果.

vicikicchā, nghi 疑, nghi kết 疑結.

vicikicchā-kathaṅkathā, hoài nghi do dự 懷疑猶豫.

vicikicchā-nīvaraṇaṃ, nghi cái 疑蓋.

vicikicchānusaya, nghi sử 疑使.

Vidhūra, Đẳng Thọ 等壽.

Viḍūḍabha,

Viḍūḍabha, Tì-lưu-bà-xoa 毘留婆叉, Tì-lưu-bác-xoa 毘留博叉, Lưu-ly thái tử 流離太子.

viggayha, đấu tránh 鬬諍.

vihāra, phòng xá 房舍, tinh xá 精舍.

viharati, du 遊, tự ngu lạc 自娛樂.

vihiṃsā, hại 害.

vihiṃsaka, hại ý 害意.

vihiṃsā-saññā, hại tưởng 害想.

vihiṃsā-vitakko, hại tầm 害尋.

vijjā, minh 明.

vijjābhāgiyā, minh phần 明分, đạo phẩm pháp 道品法.

vijjā-caraṇa-sampanna, minh hành thành vi 明行成爲, minh hành túc 明行足.

vikkhitta, tán lạc 散落

vikkhitta-citta, tán lạc tâm 散落心.

Vimalā, Vô Cấu 無垢.

vīmaṃsā, tư duy 思惟, quán 觀.

vīmaṃsā-iddhipāda, tư duy thần túc 思惟神足.

vīmaṃsā-samādhi-padhāna-saṅkhāra-samannāgata iddhipāda, giới tam-muội hành tận thần túc 誡三昧行盡神足, quán tam-ma-địa thắng hành thần túc 觀三摩地勝行神足.

vimāna, cung điện 宮殿.

vimutti, giải thoát 解脫.

vimutti-ñāṇadassana, giải thoát tri kiến 解脫知見.

viñānata, tri 知.

Vinataka, Tì-na sơn 毘那山.

vinaya, luật 律, giới luật 戒律.

viññāṇa, thức 識.

viññāṇadhātu, thức giới 識界.

viññāṇaṃ āhāro, thức thực 識食.

Viññāṇañcāyatanūpagā, Thức xứ thiên 識處天.

vinodanā pahātabbā, trừ diệt đoạn 除滅斷.

vinodana, trừ diệt 除滅.

vinodeti, trừ khử 除去.

vipāka, báo 報, dị thục 異熟.

vipāka-phala, báo 報, dị thục quả 異熟果.

vipassanā, quán 觀.

Vipassin, Tì-bà-thi 毘婆尸, Phật.

virāga, vô dục 無欲, ly dục 離欲.

virāge dhamme pasannā, tịnh tín pháp ly dục 淨信法 離欲.

Vīrasena, Tì-la-tiên 毘羅先.

vīriya, tinh tiến 精進; viriyaṃ ārabhati, tinh tiến 精進.

vīriya-bala, tinh tiến lực 精進力.

vīriyasamādhi-padhāna-saṅkhāra-samannāgata iddhipāda, tinh tiến tam-muội hành tận thần túc 精 進三昧行盡 神足, tinh tấn tam-ma-địa thắng hành thần túc 精進三摩地勝行神足.

Virūḷhaka, Tì-lũ-lặc-xoa 毘婁勒叉, thiên vương.

Visākhā, Tì-xá-khư 毘舍佉, Lôi Điện 雷電.

Visākha, Tì-xá-ngự 毘舍御.

visārada, vô sở uý 無所畏.

vitakka, giác 覺, tầm 尋.

vitakka-vicāra, giác quán 覺觀, tầm tứ 尋伺.

vivāha, vivāhana, giá 嫁, thần 娠.

vivaṭṭa-kappa, thành kiếp 成劫.

viveka, viễn ly 遠離, tịch tĩnh xứ 寂靜處.

vivekaja, viễn ly sinh 遠離生.

vivekajaṃ pītisukhaṃ, ly sinh hỉ lạc 離生喜樂, hữu ỷ niệm lạc 有猗念樂.

vuḍḍha, vuddha, lão 老, trưởng lão 長老.

vuddha-bhūmi, lão địa 老地

vuḍḍhi, vuddhi, tăng ích 增益.

vyañjana, vị 味, văn 文.

vyāpāda, sân nhuế 瞋恚.

vyāpāda-saññā, nhuế tưởng 恚想.

Y

yācanaka daridra (Skt), khất nhân bần quỹ giả 乞人貧匱者, người ăn xin nghèo khổ.

Yakkhā bhummā, Địa thần 地神.

yakkha, dạ-xoa 夜叉, duyệt xoa 閲叉.

Yamaka, Dược-ba-ca 躍波迦.

Yama-rāja, Diêm-la vương 閻羅王.

Yameḷakekuṭā, Dũng Mãnh 勇猛.

Yaññadatta, Da-nhã-đạt 耶若達, Phạm chí.

Yasassī, Thiện Quán 善觀, Bích-chi Phật.

yāvanaka, khất nhân 乞人.

yodha, chiến sĩ 戰士.

yogakhema, an ổn 安穩.

yogakhemapatta, an xứ 安處, đến nơi an ổn.

yojana, do-tuần 由旬.

yoni-pamukkha, sinh loại 生類, tối thượng sinh 最上生.

yoniso, như lý 如理.

yoniso-manasikāro, như lý tác ý 如理 作意.

yuddha, chiến đấu 戰鬪.

Skt. śāśvato aśāśvato-lokaḥ // 673b

Thế khốc đại địa ngục 涕哭大地獄 Roruva // 612c

Thế khốc địa ngục 涕哭地獄 Roruva // 739b, 747c, 748a

thế nhân 世人// 616c, 619b, 677b, 681c, 686b, 690a,
   696b, 720a, 724a, 725a, 743a, 743c, 746b, 816c

thế nữ (女+采)女 // 609c, 610c, 623a, 705a, 726c, 727a, 739b, 802c, 807b, 808a, 809a, 814c, 815b, 816a

thệ nguyện 誓願// 598b, 611b, 613a, 623a, 625c, 645b, 670c, 686b, 722c, 757a, 758b, 759a, 815a, 824a, 825a

thệ nguyện huệ thí 誓願惠施 // 755b

thệ nguyện phước 誓願福// 757a, 758c

thệ nguyện sa môn 誓願沙門// 801c

thệ nguyện thành tựu 誓願成就// 765a

thế pháp 世法 Skt. loka-dharma // 764c

Thế tôn ân 世尊恩// 720c

Thế tôn giáo 世尊教// 587c

thế tục thiền 世俗禪// 796c

thế tục 世俗// 759c, 782c; 585c

thê tử 妻子// 587c, 612c, 645b, 723b, 726b, 737c, 828a, 829a; 814b

thế thoá 涕唾// 713a

thế trí biện thông 世智辯聰 Skt. mithyā-darśana // 747b

thế trừ tu phát 剃除鬚髮// 552a, 610a, 612b, 618a

thí 施 cāga // 561c, 562a, 564b, 602b, 700a, 719b, 727c, 768c, 826b, 827b

thí an 施安 // 681b

thí biện 施辯 paṭibhānaṃ // 681b

thí công đức 施功德 // 680c

thí cụ túc 施具足 // 712b

thí chủ đàn-việt 施主檀越 dāyako dānapati // 680c, 711c, 826a

thí chủ 施主 dānapati // 758a

thị chư Phật giáo 是諸佛教 // 551a

thí dụ 譬喻 // 635a, 728c, 794b, 813a; 645a, 734c, 749b, 750b, 764a, 813a, 825c

thí đức báo 施德報 // 655a

thị giả 侍者 paricāraka // 590c, 627c, 726c, 829b

thí huệ 施惠 // 685b

thí hương 施香 // 613b

thí luận 施論 // 589b, 610a, 616a, 623c, 648b, 649a, 664c, 673c, 678b, 683c, 693a, 694c, 705c, 708b, 716c, 753b, 775a, 788b, 800a, 821a

thí lực 施力 // 681b

thí mệnh sắc 施命色 // 681b

thí mệnh 施命 āyuṃ deti // 681b

thí niệm 施念 cāgānussati // 550b

thỉ niệu (phân tiểu) 屎尿 // 674c, 675b; 601a; 556c

thị nhân (thị tùng) 侍人 // 695c, 722a, 724c

thí pháp 施法 // 600c

thí phước nghiệp 施福業 // 602b

thí sắc 施色 // 681b

thí tâm 施心 // 696b, 697a

thị thần 侍臣// 722a, 849c

thi thư 詩書 // 637c, 717a, 775b

thí trưởng ích 施長益 // 812b

thí vật pháp 施物法 // 712a

thí vật thành tựu 施物成就 // 765a

Thi-bà-la (Tỳ-kheo) 尸婆羅比丘 Sīvali // 656a; 689c; 558a, 683c, 685b, 686a

Thi-bà-la – quỷ 尸婆羅-鬼 Sīvali // 683c

Thí-cật – Như Lai 試詰-如來// 786c

Thích 釋 Sakka 683a, 690a, 692a

Thích-ca 釋迦 Sakyamuni // 750a, 789b

Thích-ca đệ tử 釋迦-弟子 // 647c, 658c, 660a

Thích-ca Văn 釋迦文 Sakyamuni // 550c, 552b, 553c, 623a, 647c, 663b, 676c, 680b, 758b, 775b, 791a, 825a; 551b, 710a, 758b, 790b; 612b; 551b, 592b, 599b, 603b, 612a, 623a, 640a, 642c, 643a, 648a, 650a, 667b, 696a, 710b, 754a, 789a, 803a, 805a, 814a; 805b

Thích chủng 釋種 // 575c, 586b, 595c, 617a, 623c, 678b, 690a, 691a, 693c, 724c, 771a, 804b; 690a

Thích chủng nữ 釋種女 // 690a

Thích chủng tử 釋種子 // 796b, 802b, 810b

Thích Đề-hoàn Nhân 釋提桓因 Sakka-devānaṁ-inda // 550c, 575a, 576a, 584b, 590b, 593c, 594a, 611c, 612a, 615c, 621a, 625a, 640c, 656b, 663c, 673b, 677c, 678a, 684b, 686c, 692c, 695a, 697b, 703b, 705b, 706b, 707a, 726c, 736a, 766c, 767a, 769a, 772c, 773a, 774b, 796b, 802c, 809b, 814c, 815a, 816a, 822c, 823a

Thích địa ngục 剌地獄 // 828c

Thích nữ 衆釋女 // 693a

Thích Phạm 釋梵 // 580c, 581a, 604c, 742b, 742c, 814c

Thích Phạm thiên vương 釋梵天王 // 719c, 778c

Thích-sí 釋翅 Sakkeṣu // 550b, 770c

Thích-sí Ám-bà-lê – rừng cây 釋翅闍婆梨-果園 Āmalakīvana // 770c

Thích-sí Ca-tì-la-vệ 釋翅迦毗羅衛 Kapilavatthu // 744a

Thích-sí Ca-tì-la-việt 釋翅迦毗羅越 Kapilavatthu // 802b; 745b

Thích-sí ni-câu-lưu 釋啻尼拘留 Nigrodhāgāma 585c

Thích-sí thần tự 釋翅-神寺 // 745c

Thích-sí-sấu 釋翅瘦 Sakkesu 592c, 617a

Thích Sư tử 釋師子 // 805a

Thích vương 釋王 Bhaddiya-kāḷīgodhāputta // 558a

Thiên đế tượng 天帝像 // 664a

Thiên đế Thích 天帝釋 Sakka devanām inda // 564b, 575c, 584b, 596b, 611c, 615a, 621b, 809b

Thiên đế 天帝 // 584b, 617c, 621a, 625a, 640c, 677c, 700a, 809c, 815b

thiên địa đại động 天地大動 // 590c; 552b

thiên địa thần minh 天地神明 // 726c

thiền định 禪定 // 570a, 789c, 791b; 757b

thiền độ 禪度 // 550b

thiên đức 天德 // 553c

Thiện Giác (thị giả) 善覺 Buddhija // 791a

Thiện Giác trưởng giả 善覺長者 // 615b, 686b

thiên hạ 天下 // 796a

thiện hành 善行 supaṭipanna // 560a, 674c, 804b, 808b, 810a; 689b

thiền hành 禪行 // 738b

Thiên hậu 天后 // 823c

thiện hóa trị 善化治 // 726c

thiên hoa 天花 // 820a; 552b, 640c, 745b, 749b, 820b

thiên hoa 天華 // 814c

Thiện Hoa 善華 // 627a

thiên hương hoa 天香華 // 705b

thiên kim 天金 // 642b, 706a

Thiện Lai 善來 // 558b

thiên long 天龍// 581c, 591c, 712b

thiên long quỷ thần 天龍鬼神 // 656c, 657a

thiên lộc 天祿 // 804a

Thiên ma Ba-tuần 天-魔波旬 Māro pāpimā // 565c

Thiên ma 天摩 dasama // 560a; 827a

Thiện Minh 善明 // 609b

thiên niệm (=niệm thiên) 天念(=念天) // 550b

Thiện Niệm 善念 Piyaka // 679a

thiên nữ 天女 // 592a, 617c, 705c, 809b, 823c, 825a; 824a; 693c

Thiện Nghiệp (=Tu-bồ-đề) 善業(=須菩提) Subhūti // 558b

thiện nghiệp 善業 // 550b, 575b, 576a, 693c, 694a, 708a

thiên ngữ 天語 // 684b

thiên nhãn (nghìn mắt) 千眼 sahassasakkha, sahassaneta // 581a

thiên nhãn 天眼// 557b, 558c, 574b, 580c, 581a, 582b, 618b, 624a, 647b, 666c, 668b, 670a, 673a, 674b, 693b, 696b, 697a, 700a, 706b, 708b, 710c, 711b, 712b, 719a, 720a, 724c, 732b, 776c, 819a

thiên nhãn đệ nhất 天眼第一 // 795c

thiên nhãn tỳ-kheo 天眼比丘 // 711a

thiên nhãn thanh tịnh 天眼清淨 dibbena cakkhunā vusuddhena // 601a, 615c, 629b, 662a

thiên nhãn thông 天眼通 // 595b

thiên nhân 天人 // 550a, 552b, 558a, 561a, 593c, 602b, 611b, 678a, 705c, 707b, 708b, 712a, 719b, 723a, 724c, 726b, 727b, 733b, 817c, 823b; 612a; 552b

thiên nhân ngữ 天人語 // 685a

Thiên nhân sư 天人師 Satthā devamanussānaṃ // 551b, 574a, 597b, 603a, 611a, 615a, 646c, 665a, 667c, 685b, 686b, 757a, 772b, 779a, 790b, 798b, 819a, 823c

thiên nhĩ 天耳 // 586a, 642c, 712a, 719a, 731a, 735b, 782a, 783a; 692c; 629b; 615c

Thiện pháp giảng đường 善法講堂 Sudhamma-sālā // 591c, 624c, 705c

thiện pháp 善法 // 744a

thiền pháp 禪法 // 757b

thiên phước 天福 // 689b

thiên phước 天福 // 589c, 751a, 755c

Thiện Quán (thái tử) 善觀 // 553c

thiện quán sát 善觀察 // 766b

thiên quan 天冠 // 609a, 628c, 774c, 828a

Thiện Quán–Bích-chi Phật 善觀-辟支佛 // 723a

thiên tự tại 天自在 // 823c

Thiện Thắng 善勝 Uttarā // 557a

thiên thân 天身 // 555c, 564b, 737c, 764a, 820a; 677c

thiên thần 天神 // 683a, 784b

thiên thần túc 天神足 // 725a

thiên thế giới 千世界 Sahassadhā-loka, sahassīlokadhātu // 581a, 590b, 706b, 709b

thiên thiện xứ 天善處 // 693c

thiên thọ 天壽 // 725a, 820a, 823c

thiện thú 善趣 Skt. sugati, sugata // 574b, 580a, 582b, 674b, 678b, 694a, 696c, 697a, 710c, 712b, 776c

thiên thực 天食 // 692c, 705c

thiền thực 禪食 // 772b

thiên thượng 天上 // 563a, 584a, 596c, 616b, 677b, 678b, 681a, 717c, 725b, 742c, 746b, 766c, 811b, 823c

thiên thượng nhân trung niết-bàn đạo 天上人中-涅槃道 // 717c

thiên thượng nhân trung 天上人中 // 639a, 685c, 760c, 818a

thiên thượng phước 天上福 // 576a

thiên thượng phước 天上福 // 587c

thiên thượng thiện xứ 天上善處 // 725a

thiện tri thức 與善知識 // 771b

thiền trí 禪智 // 595b

Thiên Trú độ viên 天晝度園 Pāricchattakavana // 793c

thiên trung nguyệt 星中月 // 694c

thiên trung thiên 天中天 atideva // 790c

Thiện Trửu 善肘 Subāhu // 557a

thiên uy phước 天威福 // 823c

thiên uy thần 天威神 // 820a

Thiên Ưu-đa-la 天-優多羅 Devuttara // 551b

thiên văn địa lý 天文地理 // 587c, 597b, 598a, 619c, 758a, 762a

thiên văn địa thuật 天文地術 // 769b

thiên văn 天文 // 587b

thiện vị 善味 // 598c

thiên vũ 天雨 // 705a

Thiên vương 天王 // 618b, 696a, 726c, 815a, 823a, 824a

Thiên vương Đế Thích 天王帝釋 // 640b

thiện xứ 善處 // 566c, 573c, 636c, 651a, 681a, 689b, 693c, 713b, 778a, 803c, 806c, 816c, 826c; 592b, 623c, 626a, 636a, 638c, 649c, 651c, 655c, 666c, 670a, 674a, 697a, 712b, 720b, 764a, 776c, 784c, 804c, 812a, 821a; 819c

thiên y // 814c

thiên y 天衣 // 617c, 692c, 825c

Thiền-đầu 禪頭 Jentī // 559a

thiệt căn 舌根 // 827b

thiệt nhập (nội xứ) 舌入// 710b

thiệt tướng 舌相 // 758b

thiệt thức 舌識 // 710b

Thiết vi — núi 鐵圍 Cakkavāḷa // 736a; 735c, 736a

thiệt 舌 (lưỡi) // 603c, 681c, 696b, 719a, 743b, 818a

thiểu dục 少欲 appicha // 734a, 784c ; 734a; 801b; 754a

thiểu dục tri túc 少欲知足 appiccha santuṭṭha // 641b, 677a, 742b, 754b, 781c, 782a, 783b, 793c, 801c; 765b

thiểu tâm 少心 // 658a, 712b, 776c

thiểu thực tri túc 少食知足 // 625c

thiểu tráng 少壯 // 608b, 746a

thiểu văn 少聞 appassuta // 754a, 754c

Thi-la (Tỳ-kheo-ni) 尸羅比丘尼 Selā // 686b

Thí-la 施羅 Sela // 557b, 798a, 799b, 800a

Thi-lị phu nhân 尸利-夫人 Sirimā // 560b

Thi-lị-quật – trưởng giả 尸利掘-長者 Sirigutta // 773c

Thi-lị-sa – thiên 尸利沙-天 // 735c, 736a

thi-lị-sa – thọ 尸利沙-樹 sirīsa // 790c

thôn 村, thôn lạc 村落 // 673a, 684b, 686c, 687a, 688a, 711c, 716b, 726b, 759b, 787c, 811c, 812a, 813a, 818a; 687a, 687b, 687c, 722c, 724c

thống (=thọ, duyên khởi chi) 痛(=受) // 713c, 718a, 776a, 797c, 819c

thống (thọ uẩn) 痛 // 573b, 701b, 743b

thống (thọ) tưởng hành thức 痛想行識 // 581c, 601b, 617b, 618a, 679a, 697c, 702b, 745c, 776a

thống (thọ) vị 痛味 // 606a

thống ấm (=thọ uẩn) 痛陰// 670a, 689c, 707b

thống diệt (thọ diệt) 痛滅 // 713c

thống luận (thọ luận) 痛論 // 604c

thông minh 聰明 // 721c; 597b; 745c

Thông Minh–Bích-chi-phật 聰明-辟支佛 // 723a

thống tưởng niệm 痛想念 // 778c

thống uý 痛畏 // 689c, 690a

thống ý chỉ (thọ niệm xứ) 痛意止 // 745b

thời nghi 時宜 // 728c, 735c

thời tiết 時節 // 601a, 604a, 709a, 727c, 728c

thú 趣 // 554b, 556c

thủ 取 upādāna // 726a

Thủ A-la-bà – trưởng giả tử 手阿羅婆-長者子 Hatthaka
   Āḷavaka // 650a

thủ cước 手脚 // 716b, 748b

thủ hộ thân khẩu ý 守護身口意 // 688a; 700b

thủ môn 守門 // 647b, 661a; 629b, 647a, 692b, 803b

thụ pháp 授法 // 551b

thủ tam y 守三衣 // 795a

thú vương sư tử 獸王師子

thú vương 獸王 // 599c

Thúc Tịnh Thích 叔淨釋 Sukkodana // 623c

Thủ-ca 守迦. Sukkā // 559c

thủ-đà-la–chủng tính 首陀羅-種姓 // 737c

Thù-đề 殊提 // 559c, 560a

thù-la quả 酬羅-果 // 786b

thủy bình 水瓶 // 598c, 619c, 629a

thủy chủng (đại chủng) 水種 // 556c, 670a, 701b

thủy giới 水界 āpodhātu // 652a, 710b

thủy hỏa 水火 // 685a

thủy hỏa phong (đại chủng) 水火風種 // 701b

thủy hỏa tai biến 水火災變 // 661a

thủy khí tam-muội 水氣三昧 // 661b

thụy miên 睡眠 thinamiddha // 563b, 608c, 696b, 738c, 827a; 594c, 623b, 628b, 680c, 718c, 723c, 728c, 765b, 803a, 822c; 608c, 672c, 674a, 696c

thụy miên tâm kết 睡眠心結 // 573c, 574a

thụy miên tưởng 睡眠想 // 563b

thủy nhân 水人 // 721b

Thủy Quang (rồng) 水光 // 787c

thủy quang tam-muội 水光三昧 // 641c

thủy tam-muội 水三昧 // 558b, 559b

thủy tinh (thất bảo) 水精 // 610c, 636b, 644c, 660a, 695b, 707b, 707c, 731c, 735c, 736a, 753a; 731c; 818c, 864c; 735c, 736a; 818c

thủy tinh tam-muội 水精三昧 // 663c, 841b

thuyền phiệt (bè) 船筏 // 759c, 764c

thuyền phiệt thí dụ 船筏譬喩 // 760a

thuyết giới nhật 說戒日 // 762a

thuyết pháp 說法 dhammadhara // 593b, 596a, 633a, 648b, 659b, 678b, 725b; 795c

thư 書 // 694c

thư sớ 書疏 // 587b; 605a; 597b

thư tịch 書籍 // 597b, 720b, 758a

thừa phiệt chi dụ 乘筏喩 // 761b

thương chủ 商主 Nālivaṇika // 770a

thượng giới 上界 // 797a

thương khách 商客 // 723b, 769c

thương khố 倉庫 // 730b

thường niệm tri túc 常念知足 // 765b, 765c

thương nhân 商人 // 770c

thượng nhân 上人 // 745b

thượng nhân pháp 上人法 // 619a; 629b

thường pháp 常法 // 726c

Thượng sắc – bà-la-môn 上色-婆羅門 kaṇḍarāyana // 595b

thượng tôn // 550c

thượng tôn pháp 上尊法 // 671b

thượng thiên quan 上天官 // 594a

Tra (=La-tra-bà-la) 吒(=羅吒婆羅) Raṭṭhapāla // 557b, 558c

trạch thí 擇施 // 792b

trai giới 齋戒 yaññābhinivesā // 809b

trai nhật 齋日 // 625b

trai pháp 齋法 uposatha // 625c, 626a

trai pháp công đức 齋法功德 // 757a

tri đạo 知道 // 614b

trị địa 治地 // 827c

trí giả 智者 // 715b

trì giới 持戒// 550a, 564b, 598b, 690a, 691b, 727c, 733a, 791b, 817c, 818a, 826b, 829a, 830b; 626a, 651c, 759b;754c; 651b; 609b, 626b, 754a, 755a, 781b, 792b, 827c

trì giới tì kheo 持戒比丘 // 690a

trì giới tinh tiến 持戒精進 // 638b, 801c; 681b

trị hóa 治化 // 725a, 764a

tri kiến 知見 ñāṇadassana // 735a, 740c

tri kiến thanh tịnh 知見清淨 // 734b, 735a

tri kiến thành 知見成 // 554b

tri khổ 知苦 // 614b

tri pháp 知法 abhiññeyyo, abhijāna // 631b

trì tam y 持三衣 tecīvarika // 570a

trì tín (tùy tín hành) 持信 saddhānusārī // 646b

tri túc đức 知足德 // 711b

tri túc giả 知足者 // 754a

tri túc hạnh 知足行 // 734a

tri túc 知足 santuṭṭhi // 728c

tri tụng 知誦 // 765c

tri thời 知時 // 765b

tri thức 知識 // 603a

triền kết 纏結 samyojana // 561b

trọng bệnh 重病 // 638a

trọng đảm 重擔 bhāra // 766b

trọng hoạn 重患 // 605b, 641c, 642c, 731a, 819b

trọng tội 重罪 // 796a

trù (thẻ) 籌 // 557b

Trú ám viên – rừng 晝闇園 Andhavana // 733b, 734b

Trú dạ viên quán 晝夜園觀 Citrarathavana // 668c

trú dạ 晝夜 // 616b, 727c, 736a, 736c

Trú độ (cây) 晝度 Pāricchattaka // 735b;729b

Trúc Bác 竹膊 Nalijaṅgha // 572a, 576a

Trúc viên 竹園 Ambalaṭṭhikā // 640b, 679a, 793b, 799b

trùng (sâu) 虫 // 691c, 710a, 716b, 724c

trung dạ (giữa đêm) 中夜 // 604a, 612a

trung đạo 中道 // 581a, 707c, 717a

trủng gian (bài tha ma) 塚間557c, 559b, 570a, 571b, 605c, 615b, 650c, 661b, 670c, 780b, 801b, 823a, 829a

trủng gian tọa 在塚間座 // 570a

trưởng giả tử 長椵子 gahapati-putto // 650b, 63a, 678a

trưởng hào gia 長豪家 // 685a

trưởng lại 長吏 // 568c, 830a

trưởng lão 長老 Theranāma // 595b, 659c, 744c, 745a, 752c, 756c, 758c, 794b, 820c, 830b

trưởng lão phạm chí 長老梵志 // 683b

trưởng lão tỳ-kheo 長老比丘 āyusamā // 588b, 688a, 757b, 769c, 795a, 820a; 794a

trường lưu hải 長流海 // 673a

Trường Sanh đồng tử 長生童子 Dīghāvu, Dīghāyu // 627a; 808b

trường thọ 長壽 // 552a, 747a

Trường Thọ (đại tướng) 長壽 (大將) // 629c

Trường Thọ (thái tử) 長壽 (太子) // 552a

Trường Thọ (vương) 長壽 (王) Dīghīti // 626c

U

uẩn. x. ấm

Ương-kiệt-xà 鴦竭闍 Aṅgajā // 560b

Ương-nghệ thôn 鴦藝村 // 801c

Ương-quật-ma 鴦掘魔 Aṅgulimāla // 558b, 719b, 720a, 721a

Ương-quật-ma sư 鴦掘魔師 // 722c

Ương-quật-ma tỳ-kheo 鴦掘魔比丘 Aṅgulimāla // 720b

ưu ách hoạn 憂厄患 // 800b

ưu bi 憂悲 Skt. śoka, durmanas, saṃtāpa // 740c

ưu bi khổ não 憂悲苦惱 // 767b, 797b; 619a, 631a, 643b, 750b

ưu 憂 // 692b, 697b, 717c, 718b, 719a, 723b, 756a, 761a, 828b

ưu-bà-di 優婆夷 // 591a, 615a, 625c, 633b, 649a, 686a, 744b, 800b, 822c, 823a

Ưu-ba-đế-xa 優波帝奢 // 751c

Ưu-ba-đề-xá 憂波提舍 Upatissa // 735a

Ưu-bà-già-la 優婆伽羅 // 793a

Ưu-bà-già-ni – trưởng giả 優婆伽尼-長者 // 649b

Ưu-ba-ly 優波離 Upāli // 557c, 756c, 757a, 758a, 801a, 801b; 559c, 560a

Ưu-bà-ly 優婆離 Upāli // 559c, 791c

Ưu-bàn-nan-đà – long vương 優槃難陀-龍王 Upananda // 703b

Ưu-ca-la trúc viên 優迦羅竹園 Ukkaṭṭhā // 766a

Ưu-đà-da 優陀耶 Udāyin // 622c, 624a

Ưu-đà-da – thái tử 優陀耶-太子 Udāyibhadda, Udayabhadda // 762a, 763a

Ưu-đà-di 優陀夷 Udāyi // 557a, 703c, 800c

Ưu-đà-duyên (Tỳ-kheo) 優陀延比丘 // 651c

Ưu-đà-duyên – vua 優陀延-王 // 681c, 682a, 698b, 707a, 708a

Ưu-đa-la 優多羅 Uttarā // 560a

Ưu-đa-la (Tỳ-kheo) 優多羅(比丘) Uttara // 551a, 552a, 553c, 557c

Ưu-đa-la (Tỳ-kheo ni) 優多羅(比丘尼) Uttarā // 559a

ưu-đàm-bát – hoa 優曇鉢-花 udumbara // 578a, 701c, 799c, 874c; 598b, 640b, 678c, 752a; 678b

Ưu-đạp-lam-phất-la (=Uất-đà-la-la-ma-tử) 優蹋藍弗羅(= 欝陀羅羅摩子) Uddaka-Rāmaputta // 595a

Ưu-đầu-bàn 優頭槃 Upavāṇa // 558a, 699c, 700a

Ưu-đầu-bạt-la – cây 優頭跋羅 udumbara // 790c

Ưu-điền — vua 優塡 Udena // 560a; 667a, 681c, 682a, 698b, 706a, 707a, 708a, 782b

Ưu-già-ma 優伽摩 // 559b

Ưu-kiềm-ma-ni — sông 優鉗摩尼江 Ukkamaṇika // 557c

Ưu-lưu-tì 優留毘 Uruvelā // 580c, 744a

V

vi diệu pháp 微妙法// 589b, 590b, 613b, 616c, 617a, 624b, 645a, 649b, 653b, 684c, 694a, 709c, 725b; 580b, 582a, 589b, 591a, 610b, 612b, 616b, 618c, 692c, 717b, 734a

vi diệu trí 微妙智 // 593a

vị 味 vyañjana // 571a, 603c, 676b, 681c, 698b, 719a, 741a, 743b, 819c

vị tằng hữu 未曾有 adbhuta // 628c, 640a, 657a, 728c, 813a; 598b, 620a

Vị tằng hữu địa ngục 未曾有地獄 Abbuda niraya // 748a

vị tằng hữu pháp 未曾有法 adbhūtadhamma // 635a, 794b; 631c, 859b

Viêm địa ngục 炎地獄 // 747c, 748a

viêm quang 炎光 // 736c

viêm quang tam-muội 炎光三昧 // 661b, 729a, 735b

viên 園 ārāma

viên địa 園地 // 809a, 810a

viên quán 園觀 ārāma // 699a; 727b

viên quán trì 園觀池 // 673c

viên quang 圓光 // 612a

vĩnh tịch – Niết-bàn 永寂-涅槃 // 637c

Vĩnh vô — địa ngục 永無地獄 Nirabbuda, Nibbhuta // 748a

vô dư niết-bàn giới 無餘涅槃界 anupādisesānibbānadhātu // 579a, 580c, 610c, 639c, 642c, 650b, 651c, 727b, 728b, 730a, 750c, 752c, 753c, 764a, 797a, 822c

vô dư niết-bàn quả 無餘涅槃果 // 804b

vô đẳng luân 無等倫 appaṭipuggala // 728a

vô đoạn diệt kiến 無斷滅見 // 577b

vô giá châu 無價珠 // 683a

vô giác vô quán 無觀無覺 // 653b, 670b

vô giới 無戒 // 689a; 689a

Vô Hại 無害 Ahiṃsaka // 721b

Vô hữu xứ thiên 無有處天 // 730c

vô kết 無結 // 632b

vô kiến 無見 adassana // 577a, 577b, 644a

vô lậu 無漏 anāsasava // 575a, 579a, 602a, 653c, 654a, 668b, 669b, 673a, 694a, 697a, 711c, 712c, 730a, 748c, 775c, 776a, 801c, 804b, 810b, 811b, 812a

vô lậu cảnh 無漏境 // 773b

vô lậu chi báo 無漏報 // 591b

vô lậu hành 無漏行 // 643b, 751b, 773a, 796b

vô lậu tâm 無漏心 // 674a

vô lậu tâm giải thoát 無漏心解脫 // 729c, 761c, 764a

vô lượng tâm 無量心 // 569a, 776c

Vô Nhuế 無恚 Nikrodha // 575a

vô ô 無污 // 741b

vô pháp xứ 無法處 // 808b

vô phóng dật hành 無放逸行 // 564a, 635c

vô phóng dật lực 無放逸力 // 699b

vô phóng dật 無放逸 // 719a; 635b

vô phóng dật tỳ-kheo 無放逸比丘 // 635b

vô phước 無福 // 565b

vô quí tâm kết 無愧心結 // 573c, 574a

vô sắc ái 無色愛 arūpa-taṇhā // 673a, 700c, 717c, 724a, 780c, 814b, 817a

Vô sắc giới thiên 無色界天 // 653a

vô sắc giới 無色界 ārūpadhātu // 650b, 751a, 823a

vô sắc hữu 無色有 ārūpa-bhava // 672b, 797c

Vô sắc thiên 無色天 // 626a, 640c

vô sân nhuế 無瞋恚 // 629c

vô si cứu cánh 無癡究竟 // 643c

vô sinh niết-bàn pháp 無生涅槃法 // 619b

vô số a-tăng-kỳ-kiếp 無數阿僧祇劫 // 757c

vô số kiếp 無數劫 // 597b, 599b

vô sở hữu 無所有 ākiñcanābhinivesā, akiñcana // 593c

vô thọ cứu cánh 無受究竟 // 644a

vô thường 無常 // 558a, 571c, 572a, 581c, 593c, 594b, 618a, 673a, 678c, 679a, 702b, 707c, 715b, 716b, 723b, 727a, 728b, 736b, 744c, 745c, 746b, 750b, 784a, 793b, 810a, 823b

vô thường biến 無常變 // 637c, 640b

vô thượng chánh chân đạo 無上正眞道 // 561a, 571b, 580c, 645b, 673a, 719b, 739a, 752b, 757a, 757b, 820b; 565c, 570b, 727b, 758a

Vô thượng chánh chân đẳng chánh giác 無上正眞等正覺 anuttara-sammāsambodhi // 580b, 610a, 645b, 754b, 768c; 753c; 586c, 600b, 618c, 619a, 799b; 599a, 601b, 701c, 795b

vô thượng chánh giác 無上正覺 // 609c

vô thượng chánh nghiệp 無上正業 // 733b

vô thượng đạo quả 無上道果 // 788b

vô thượng đạo 無上道 // 671c 630a, 647c, 730a, 821b

vô thường hành 無常行 // 745a

vô thường kiến 無常見 // 577b, 622b

vô thường khổ không phi thân pháp 無常苦空非身法 // 728b

vô thường lực 無常力 // 750b

vô thượng phạm hạnh 無上梵行 // 575a, 592b, 597a, 612b, 618a, 721a, 767b, 780b vô thượng phạm luân 無上梵輪 // 776a

vô thường pháp biến dị pháp 無常法變易法 // 652b

vô thượng pháp luân 無上法輪 // 564b

vô thượng pháp 無上法 // 607a

vô thường pháp 無常法 anicca-dhamma // 727a

vô thường pháp 無常法 // 652b

vô thượng phước điền 無上福田 // 603a, 668a

vô thường sắc 無常色 // 659a

Vô thượng sĩ 無上士 Anuttara // 551b, 574a, 597b, 603a, 611a, 615a, 646c, 665a, 667c, 685b, 686b, 757a, 772b, 779a, 798b, 819a, 823c

vô thượng tâm 無上心 // 820a

Vô thượng tôn 無上尊 // 717a

vô thường tức thị khổ 無常卽是苦 anicca dukkhasaññā // 715b, 715c

vô thường tưởng 無常想 aniccasaññā // 673a, 673c, 717b, 724a, 780b, 814b, 817a

vô thường tưởng 無常想 // 784b

vô thượng thiện pháp 無上善法 // 810b

vô thường thường tưởng 無常常想 // 769a

vô thượng trí tuệ nhãn 無上智慧眼 // 581a

vô thượng trí tuệ nhãn 無上智慧眼 // 586a

vô thượng vị 無上位 // 681b

vô tránh tụng 無諍訟 // 673c

vô trước 無著 anādāna // 776a

vô úy 無畏 assattha // 577c, 722a, 812b

vô úy 無畏 assattha, abhaya // 589b

Vô Úy (Tỳ-kheo) 無畏(比丘) Abhaya // 558c

Vô Úy (Tỳ-kheo-ni) 無畏(比丘尼) Abhayā // 559a

vô úy cảnh 無畏境 // 762c

Vô úy Niết-bàn thành 無畏涅槃城 // 658c, 682b, 683a

Vô Úy vương tử 無畏王子 Abhaya-rājakumāra // 560a, 762a

vô úy xứ 無畏處 // 687b

vô ương số 無央數 // 597a, 712a, 742b

vô ưu úy xứ 無憂畏處 // 760c

vô vi 無爲 // 725c, 760a, 761b, 768c

vô vi an ẩn xứ 無爲安隱處 // 771c

vô vi đạo 無爲道 // 626b

vô vi địa 無爲地 // 696c

vô vi pháp 無爲法 // 657a

vô vi tế 無爲際 // 759c

vô vi vô tác 無爲無作 natthi kiñci uttari karanīyaṃ, natthi katassa paṭicayo // 697c

vô vi xứ 無爲處 // 554a, 555a, 556a, 557a, 594b, 601a, 681a, 688a, 747c, 756c, 761c, 806a

vô vi xứ 無爲處 // 567a, 699b, 760a, 771c, 772c

vô yếm giả 無厭者 // 754a, 754c

vũ bảo xa 羽寶車 bhaddāni yāni // 596a, 609a, 617c, 694b, 695b, 724b, 725b, 757c

Vũ Hô Vương Tử 雨呼王子 Uposatha-kumāra // 767c, 768a

vũ 雨 // 635a, 736c

vương cảnh giới 王境界 // 725a

vương công đức 王功德 // 725a

vương cung 王宮 ante-pura // 580c, 694b, 704c, 719c, 815a

vương chủng 王種 // 626b

vương giáo 王教 // 721c, 809a, 828a

vương giáo lệnh 王教令 // 679a

vương giáo mệnh 王教命 // 609a, 609c, 675a, 692a, 704c

vương giáo sắc 王教勑 // 610a, 628a, 690a, 691c, 694a, 724c, 725b, 738a, 816c

vương nữ 王女 // 757c, 758a

vương pháp 王法 // 609a, 680c, 718c, 828a

vương pháp giáo 王法教 // 587a

vương quốc giới 王國界 // 816a, 816c

vương sự 王事 // 679a

vương tá 王佐 // 587b

vương tam-muội 王三昧 // 773c

vương tử 王子 // 767c, 768a, 815c, 816a

vương trị quốc gia giới 王治國家界 // 782c

vương trị xứ 王治處 // 732b

vương uy 王威 // 817c, 818a

vương vị 王位 // 677b, 690a, 723b, 828a

Vương Xá thành 王舍城 Rājagaha // 575b

vương thái tử 王太子 // 587a, 829b

X

xa 車 // 605b, 691a

xà 蛇 // 632a, 760c

xa binh 車兵 // 627a, 830b

xa luân 車輪 // 691b, 774b, 774c

Xa mã 車馬 // 680c, 703a

Xá Na 舍那 // 558c

xà nguyên chi loại 蛇蚖類 // 614c

xà nguyên hình 蛇蚖形 // 590c

xà nguyên 蛇蚖 // 741a

xa sư 車師 // 633c

xà tuần 蛇旬 jhāpeti // 823b

xạ thuật 射術 // 690b, 756a

xa thừa 車乘 // 565a

xá trạch 舍宅 // 606c

Xà-bạt-tra 闍拔吒 // 580c

Xa-câu-lê (Tỳ-kheo-ni) 奢拘梨(比丘尼) Sakulā // 559a

Xá-cù-li (Tỳ-kheo-ni) 舍瞿離比丘尼 Sakulā // 822a

Xá-cưu-lê 舍鳩梨 Saculā // 696b

Xá-cừu-lê Tỳ-kheo-ni 舍仇梨比丘尼 Sakulā.// 821c

Xà-da Tỳ-kheo-ni 闍耶比丘尼 // 821c, 822a

Xả-di 捨彌 // 560b

Xá-di _ phu nhân 舍彌-夫人 Sāmāvatī // 667a

xà-duy 闍維 jhāpeti // 740a

Xa-đà (Tỳ-kheo-ni) 奢陀(比丘尼) // 559b

xá-la (trù) 舍羅(籌) Salākā // 662a

Xà-lợi (trưởng giả danh) 闍利(長者名) // 559c

Xá-lợi (Xá-lợi-phất chi mẫu) 舍利(舍利弗母) // 735a

Xá-lợi-phất 舍利弗 Sāriputta // 557b, 562a, 573a, 586a,
  588b, 603b, 611c, 632a, 633c, 634a, 639a, 640a, 641a,
  641b, 642a, 643b, 662b, 663b, 677a, 678a, 689c, 690a,
  709a, 710c, 711a, 712c, 713a, 734a, 735a, 745c, 746a,
  750a, 771a, 773b, 791c, 793a, 795c, 803a, 810c, 819b,
  820a, 821a

Xá-lợi-phất 舍利弗 Sāriputta // 823a

Xá-lợi-phất – tỳ-kheo 舍利弗比丘 Sāriputta // 770c

Xa-ma (đồng tử) 奢摩(童子) // 691c

Xa-ma (Tỳ-kheo-ni) 奢摩(比丘尼) Nandā // 559a, 821c

Xa-ma Tỳ-kheo-ni 奢摩比丘尼 Sāmā // 822a

xan tật tâm 慳嫉心 // 796c

xan tham 慳貪 // 566c, 637a, 647a, 649a, 697b, 698a,
  739b; 600c, 612c

xan tham tâm 慳貪心 // 636c, 755b

xan trước 慳著 // 765a

Xa-na Tỳ-kheo 車那比丘 Channa // 751c

xảo tượng (thợ khéo) 巧匠 // 721b

xí 厠 // 780b

xí trung trùng 厠中虫 // 632a

xích châu 赤珠 // 695b

Xích Mã 赤馬 Suppiya // 596a, 624a

xuất gia 出家 // 552a, 553c, 574c, 589b, 642c, 659c, 676b, 678b, 694a, 719a, 721a, 735c, 745a, 760b, 815a, 848c

xuất gia học Như Lai pháp 出家學如來法 // 640b

xuất gia nhập đạo 出家入道 // 810a

xuất gia tu đạo 出家修道 // 809c, 846b

xuất gia vi yếu 出家爲要 // 664c

xuất nhập tức 出入息 // 648c

xuất sinh 出生 sañjāti 714a

xuất tức phong 出息風 // 652b; 582a

xuất thế 出世 // 720b, 723a

xuất yếu 出要 nissaraṇa, paṭinissaga // 602c, 606a, 623c, 682c, 683a, 708c, 717a, 741b; 599c

xuất yếu đế 出要諦 // 826a

xuất yếu lạc 出要爲樂 // 648b

xúc ngại 觸礙 // 711c

xúc nhiễu 觸嬈 // 592b, 692b, 719c

xúc phạm 觸犯 // 741a

xưng 稱 // 764b

xưng dự 稱譽 // 593a

xướng kỹ 倡伎 // 625c, 692a

xướng kỹ nhạc 倡伎樂 // 591c, 610c, 623b, 640c, 642a, 663b, 739b, 762a, 814c, 816c, 817a, 822a; 578a, 609b, 638a

Y

y 衣 cīvara // 678a, 684b, 685b, 688a, 724a

ý ác hành 意惡行// 604b

y bát 衣鉢 // 570c, 579c, 611b, 640b, 641a, 643c, 667a, 719b, 721a, 765b, 783c

y bị (áo chăn)衣被 // 564a, 585b, 586b, 599c, 601a, 602b, 611a, 617a, 620a, 644c, 648b, 655c, 659b, 684a, 685b, 686b, 689b, 694b, 720c, 725b, 727c, 744c, 755a, 763c, 764a, 771c, 776b, 782a, 782b, 827c; 617c

ý căn 意根 // 579c, 580a, 714c, 730b, 741a, 827a; 603c, 676c, 692a, 714c, 718a, 719a, 723c, 741a, 819c

ý chỉ (niệm xứ) 意止 satipaṭṭhāna // 569a

ý chính 意正 // 642b

y dược 醫藥 agada // 557b, 585b, 650c, 658b, 684a, 685a, 686b, 689b, 694b, 696a, 712a, 731a, 741a

y đới 衣帶 // 564c

ý giác ý (giác chi) 猗覺意 passaddhisambojjhaṅga // 569a, 602c, 731a, 739a, 741b, 746a

ý giải thoát (tâm giải thoát) 意解脫 cetovimutti // 579a

ý giới cụ túc 意戒具足 // 713b

ý hành từ 意行慈 // 713c

ý hành 意行 manosaṅkhāra, cittasaṃkhāro // 708c, 779b, 827a

ý khinh mạn 意輕慢 // 768b

ỷ ngữ ác khẩu 綺語惡口 // 608a

ỷ ngữ 不綺語 // 580a, 642b, 780c, 784a

ỷ ngữ 綺語 // 576c, 580a, 780c,, 781a, 784a, 816b

ý nhập (nội xứ) 意入 // 670a, 710b

y phục 衣服 aṁsuka // 559a, 612c, 623b, 658a, 793b, 809a

y sư 醫師 // 869a

ý tam-muội 意三昧 // 761a

ý tính nhu nhuyễn 意性柔軟 // 616a

ý tính thác loạn 意性錯亂 // 619a

ý tưởng 意想 // 651a

ý thiện hành 意善行 // 604b

ý thức 意識 // 710b

y thực 衣食 // 655a, 746a; 598b

y thường 衣裳 // 638a, 644b, 650a, 656c, 658b, 660c, 680c, 683a, 689a, 693c, 694a, 696a, 702a, 705b, 711c, 716a, 719a, 721a, 722b, 742b, 746a, 767a, 781c, 786a, 802c

y vương 醫王 // 564c

y ỷ thân hành (khinh an) 依倚身行 pasaddhakāyasaṅkhāro // 775c

Y-câu-ưu-đa-la 伊俱優多羅 ekuttara // 551b

yếm cực 厭極 // 830a

yếm hoạn 厭患 // 682b, 719a

yếm quỷ 厭鬼 // 550c

yếm túc 厭足 // 618a, 682a, 702a, 719b, 731b, 743c, 745c, 751b, 754b, 767a

Y-la 伊羅 erāpatha // 819a

Y-la-bát tạng — kho báu 伊羅鉢藏// 818c; 788a

Y-la-bát – rồng 伊羅鉢-龍 erāpatha // 818c; 590b, 819a

Y-sa – núi 伊沙-山 īsadhara // 736c

Y-sa thiên vương 伊沙天王 īsāna // 615a

GIÁO HỘI PHẬT GIÁO VIỆT NAM THỐNG NHẤT
HỘI ĐỒNG HOẰNG PHÁP*

CHỨNG MINH:

Trưởng lão HT Thích Thắng Hoan   (Hoa Kỳ),
Trưởng lão HT Thích Huyền Tôn   (Úc châu),
HT Thích Bảo Lạc   (Úc châu),
HT Thích Tuệ Sỹ   (Việt Nam)

CỐ VẤN CHỈ ĐẠO:
HT Thích Tuệ Sỹ   (Việt Nam)

CHÁNH THƯ KÝ:
HT Thích Như Điển   (Đức)

PHÓ THƯ KÝ:
HT Thích Nguyên Siêu   (Hoa Kỳ),
HT Thích Bổn Đạt   (Canada)

THÀNH VIÊN:
Âu châu: HT Thích Quảng Hiền (Thụy Sĩ), HT Thích Minh Giác (Hòa Lan), TT Thích Thông Trí (Hòa Lan), TT Thích Nguyên Lộc (Pháp)
Úc châu: HT Thích Minh Hiếu, TT Thích Tâm Minh
Hoa Kỳ: HT Thích Nhật Huệ, TT Thích Từ Lực

---

* Cập nhật ngày 08.05.2022.

Liên lạc HỘI ĐỒNG HOẰNG PHÁP

Hòa thượng Thích Như Điển, Chánh Thư Ký, HĐHP
Chùa Viên Giác. Karlsruher Str. 6, 30519 Hannover, Germany
Website: www.hoangphap.org; Email: hdhp.ctk@gmail.com;
Tel: + 49 511 879 630

Thượng tọa Thích Nguyên Tạng,
Trưởng ban Báo Chí & Xuất Bản, HĐHP
Tu Viện Quảng Đức, 105 Lynch Road, Fawkner, Vic.3060 Australia
Website: www.hoangphap.org; Email: hdhp.bbc@gmail.com;
Tel: +61 481 169 631

Thượng tọa Thích Tâm Hòa, Trưởng ban Bảo Trợ, HĐHP
Trung Tâm Văn Hóa Phật Giáo Pháp Vân, Ontario, Canada
420 Traders Blvd E, Mississauga, ON L4Z 1W7, Canada
Website: www.phapvan.ca; Email: thichtamhoa@gmail.com
Tel: +1 905-712-8809

Liên lạc thỉnh ĐẠI TẠNG KINH

Ni Sư Thích Nữ Quảng Trạm - Tổ Đình Khánh Anh (Bagneux)
14 Avenue Henri Barbusse, 92220 Bagneux- France
Tel.: +33 609 09 01 19 - Email: hdhp.inan@gmail.com

CPSIA information can be obtained
at www.ICGtesting.com
Printed in the USA
BVHW020542191222
654520BV00003B/105